ജയിൽ ഡയറി

jail diary

•

snehalatha reddy

•

first edition
may 2009

•

typesetting
megha

•

published
chintha publishers, thiruvananthapuram

•

printed
akshara offset, thiruvananthapuram

•

cover
vinod

വിതരണം

ദേശാഭിമാനി ബുക്ക് ഹൗസ്

H O തിരുവനന്തപുരം–695 001

ബ്രാഞ്ചുകൾ

ദേശാഭിമാനി റോഡ് തിരുവനന്തപുരം • ഓവർബ്രിഡ്ജ് തിരുവനന്തപുരം • കെ എസ് ആർ ടി സി ബസ് സ്റ്റേഷൻ ആലപ്പുഴ • കെ എസ് ആർ ടി സി ബസ് സ്റ്റേഷൻ എറണാകുളം • ഐ ജി റോഡ് കോഴിക്കോട് • മാവൂർ റോഡ് കോഴിക്കോട് • എൻ ജി ഒ യൂണിയൻ ബിൽഡിങ് കണ്ണൂർ

CO - 1325 / 2257

ജയിൽ ഡയറി

സ്നേഹലതാ റെഡ്ഡി

പരിഭാഷ:

കെ പി ശങ്കരൻ

ചിന്ത പബ്ലിഷേഴ്സ്
തിരുവനന്തപുരം-695 001

പ്രസാധകക്കുറിപ്പ്

ഇന്ത്യൻ കലാകാരന്റെ / കലാകാരിയുടെ ചിന്താസ്വാതന്ത്ര്യത്തിനുവേണ്ടി അർപ്പിക്കപ്പെട്ട മഹത്തായ രക്തസാക്ഷിത്വമാണ് സ്നേഹലതാ റെഡ്ഡിയുടേത്. കലാസാംസ്കാരിക രംഗങ്ങളിലെ വിലമതിക്കാനാവാത്ത സംഭാവനകളിലൂടെ കർണാടകത്തിന്റെ പൊതുജീവിതത്തിൽ പ്രകാശം പരത്തിയ ഒരു ആകർഷകവ്യക്തിത്വം. തന്റെ സോഷ്യലിസ്റ്റ് ആഭിമുഖ്യത്തിന്റെ മാത്രം പേരിൽ അവർ സംശയത്തിന്റെ നിഴലിലാവുകയായിരുന്നു. അടിയന്തരാവസ്ഥക്കാലം അവരുടെ ജീവിതത്തിലെ പീഢാകാലമായി. ജനാധിപത്യത്തിന് വിലപറയപ്പെട്ട അർധഫാസിസ്റ്റ് വാഴ്ചക്ക് കീഴിൽ, മുറിവേറ്റ ഇന്ത്യൻ പൗരമനസ് സ്നേഹലതയുടെ പീഢാനുഭവങ്ങൾ ഹൃദയത്തിൽ സ്വീകരിച്ചു. നവഫാസിസത്തിന്റെയും നവകൊളോണിയലിസത്തിന്റെയും നാളുകളിൽ ധീരമായ ജനാധിപത്യപൗരബോധം ജ്വലിച്ചു നിർത്തുന്ന ഓർമകളിൽ സ്നേഹലതയുടെ പേരുണ്ട്. ജനാധിപത്യത്തിന്റെയും ദേശീയതയുടെയും വായ്ത്താരികൾക്കു പിറകിൽനിന്ന് ഇന്ത്യൻ ഭരണകൂടം മറനീക്കുന്ന സമഗ്രാധിപത്യഭാവങ്ങൾക്കു മുന്നിൽ, ജയിൽഡയറി ആവിഷ്കാര സ്വാതന്ത്ര്യത്തിനും സ്വതന്ത്രചിന്തയ്ക്കും വേണ്ടിയുള്ള പ്രതീക്ഷാപൂർണമായ സഹനത്തിന്റെ സാക്ഷ്യപത്രമാണ്. അതിന്റെ പ്രസാധനം എന്നും പ്രസക്തമായ ഒരു ഓർമപ്പെടുത്തലും.

അവതാരിക

SURVIVING IN PRISON

ആയിരത്തിതൊള്ളായിരത്തി അറുപത്തി ഏഴ് ആരംഭത്തിലാണ് പുതിയ നിയമനവുമായി ഞാൻ മൈസൂർ റീജനൽ കോളേജിൽ പ്രവേശിച്ചത്. അപരിചിതത്വത്തിന്റെ ആശങ്ക അലോസരപ്പെടുത്തിയിരുന്നു; എന്നാലും കോളേജിന്റെ പ്രബുദ്ധമായ അന്തരീക്ഷം വൈകാതെ എന്നെ ആഗിരണം ചെയ്യുന്നതായിരുന്നു അനുഭവം.

ആ അന്തരീക്ഷത്തെ അന്നു സവിശേഷമാംവണ്ണം സജീവമാക്കിയത് ഡോ. അനന്തമൂർത്തിയും അദ്ദേഹം തലവനായ ഇംഗ്ലീഷ് വകുപ്പും തന്നെ. ആ വകുപ്പിലെ വർമ്മ മലയാളിയാണ് എന്ന വശം സ്വാഭാവികമായും എനിക്കു സൗകര്യമായി. എന്നാലോ, മൈസൂരുമായി തന്മയീഭവിച്ചുകഴിഞ്ഞിരുന്ന വർമ്മയ്ക്ക് കന്നഡയിലെ സമകാലിക സാഹിത്യപ്രവണതകളെക്കുറിച്ചുള്ള അവബോധം വളരെ സമ്പന്നം. ഈ സാഹചര്യം, മലയാളവും കന്നഡയും തമ്മിലുള്ള താരതമ്യത്തിൽ

സ്പർശിക്കുന്ന സംവാദങ്ങളിലേക്കും മറ്റും ഇടയ്ക്കു തഴച്ചു.

അന്നത്തെ കന്നഡ സാഹിത്യവേദികൾ അനന്ത മൂർത്തിയുടെ *സംസ്കാര* എന്ന നോവലിനെ മുൻനിർത്തി വിവിധമാനങ്ങളിൽ നടക്കുന്ന ചർച്ച കൾകൊണ്ടു മുഖരമായിരുന്നു. കോളേജിൽ എന്റെ ഇതര സുഹൃത്തുക്കളിൽനിന്ന് ഏറെയും കേൾക്കായത് *സംസ്കാര*യ്ക്ക് എതിരായ വാദങ്ങളത്രേ. അനന്ത മൂർത്തി ബ്രാഹ്മണ്യത്തെ വില കെടുത്തി; പാരമ്പ ര്യത്തെ വിവസ്ത്രമാക്കി-ആരോപണങ്ങൾ ധാരാളം. ഇതു സംബന്ധിച്ച് സമനില കൈവരണമെങ്കിൽ *സംസ്കാര*യിലേക്കു കടക്കുകയല്ലാതെ വേറെ എന്തു വഴി? അതിനു പാകത്തിൽ പെട്ടെന്നു കന്നഡ പഠിച്ചെ ടുക്കുക പ്രായോഗികവുമല്ല...

അനന്തമൂർത്തിക്കാവട്ടെ, *സംസ്കാര* മലയാളത്തി ലേക്കു പരിഭാഷപ്പെടുത്തിയാൽക്കൊള്ളാം എന്ന ആശയം ഉദിച്ചു. മലയാളത്തിലെ സഹൃദയത്വം ആ കൃതിയെ കൂടുതൽ സ്വാഗതം ചെയ്യും എന്നൊക്കെയാ യിരുന്നിരിക്കാം ഉദ്ദേശ്യം. എന്തിനേറെ, വർമ്മയും ഞാനും ആ 'വല'യിൽ വീണു എന്നു പറഞ്ഞാൽ കഴി ഞ്ഞല്ലോ. ഒരു സംഘം ഒരുമിച്ചിരുന്ന് പരിഭാഷയിൽ

ഒരു പുതിയ ചുവടു പരീക്ഷിച്ചുനോക്കാം എന്നൊരു പദ്ധതി ഉരുത്തിരിഞ്ഞു. അങ്ങനെയത്രേ, അവതരണ ക്കുറിപ്പിൽ ഞാൻ തന്നെ വിശേഷിപ്പിച്ച വിധം, ഒരു 'സംയുക്തസാഹസ'ത്തിൽ ഒരുമ്പെട്ടത്. ശ്രീമതി രാമേ ശ്വരി വർമ്മ, ഇംഗ്ലീഷ് വകുപ്പിലെ ശ്രീ വിശ്വനാഥ്– ഇരു വരും സാഹിത്യത്തിലും സാംസ്കാരിക പ്രവർത്തന ത്തിലാകെയും നല്ല ഈടുറപ്പു സമ്പാദിച്ചവരായിരുന്നു. ഇവർ കൂടി സംഘത്തിൽ അംഗങ്ങളായി. പരസ്പരം ഇഴയടുപ്പമുള്ള സംഘം രൂപപ്പെട്ടെങ്കിലും, പ്രായോഗി കമായി ദുർഘടങ്ങൾ പലതായിരുന്നു. പ്രാഥമികം, ഒത്തുകൂടുന്നതിനുള്ള പരിമിതികൾ തന്നെ. ഒത്തുകൂടി യാലോ, ഉത്സുകമായ ചർച്ചകളിൽ സമയം ഒഴുകിപ്പോ വും. പരിഭാഷ അത്രയ്ക്കത്രയ്ക്കു സാവധാനത്തിലു മാവും. അതു മറ്റൊരു വശം. തൽക്കാലം സംഗതം, ഇത്തരം ചർച്ചകൾ വഴി *സംസ്കാര*യോടു സാധിച്ചെ ടുത്ത താദാത്മ്യമത്രേ. അതിലെ അതാതു കഥാപാത്ര ങ്ങളെ അയൽക്കാരെപ്പോലെ അറിയും എന്നൊരു നില നേടിയെടുത്തു എന്നതാകുന്നു നേര്.

ആയിടെയാണ് *സംസ്കാര*യുടെ ചലച്ചിത്രരൂപം ആവിർഭവിച്ചത്. പ്രശസ്തനായ ഗിരീഷ് കർണാട് നായ കൻ; നായികയോ, ഒരുപക്ഷേ നാടാടെ വെള്ളിത്തിര

യിൽ പ്രത്യക്ഷപ്പെടുന്ന സ്നേഹലതാ റെഡ്ഡിയും. സംവിധായകൻ പട്ടാഭിരാമറെഡ്ഡിയുടെ പത്നി എന്ന പരിഗണനയാവാം അവർക്കു ലഭിച്ച ഈ പദവിക്കു നിമിത്തം എന്നൊക്കെ ശ്രുതി പടരാതിരുന്നില്ല. എന്നാലോ, ചലച്ചിത്രം കണ്ടപ്പോൾ ചന്ദ്രി എന്ന കഥാപാത്രത്തിന് അവർ നൽകിയ ആവിഷ്കാരം അവിസ്മരണീയമായി അനുഭവപ്പെട്ടു.

അസാധാരണമായ ഒരു വ്യക്തിത്വമത്രേ *സംസ്കാര*യിലെ ചന്ദ്രി. ആചാര്യമൗഢ്യത്തിൽ അഗ്രഹാരമാകെ മരവിച്ചുനിൽക്കേ, അവിടെ ഒരു ശവം എങ്ങനെ സംസ്കരിക്കേണ്ടൂ എന്ന വിധി തെളിയിക്കാത്തതിനാൽ കിടന്നു ജീർണിക്കവേ, അവസരത്തിനൊത്തു തന്റേടം കാട്ടാൻ ഭാഗ്യവശാൽ ബ്രാഹ്മണ്യത്തിന്റെ തടവറയിൽ പെടാത്ത ചന്ദ്രിക്കു പ്രയാസമുണ്ടായില്ല. ശവമായത് തനിക്കു പ്രിയപ്പെട്ട നാരണപ്പ; എന്നുവെച്ച് ജീവിതം അതോടെ കടപുഴങ്ങി എന്നൊന്നും അവൾ കരുതിയില്ല. ആസക്തിയുടെ ആൾരൂപമാണല്ലോ അവൾ; അതിലൊട്ട് അപരാധബോധവും ഇല്ല. "വരളാത്ത, വാടാത്ത, തളരാത്ത, കളകളയായ തുംഗാനദി" എന്നത്രേ ചന്ദ്രിക്ക് അനന്തമൂർത്തി കണ്ടെത്തുന്ന സമാന്തരം. ആ ചന്ദ്രിയെ അവതരിപ്പിച്ചതോടെ, സ്നേഹലതാ റെഡ്ഡി,

സംസ്കാര എന്ന ചലച്ചിത്രത്തോട് അന്യകാരണങ്ങ ളാൽ വിരോധം സൂക്ഷിക്കുന്നവർക്കുപോലും, സുസ മ്മതയായി. ബാംഗ്ലൂരിലെ ചില സാംസ്കാരിക പ്രവർത്തനങ്ങളിലുള്ള പങ്കാളിത്തം അവരെ പരക്കെ അംഗീകരിക്കാനും ആരാധിക്കാനും അവസരമൊരുക്കു കയും ചെയ്തു.

അങ്ങനെയുള്ള സ്നേഹലതാ റെഡ്ഡിയെയാണ് അടിയന്തരാവസ്ഥയുടെ കരിദിനങ്ങൾ കാരാഗൃഹ ത്തിൽ അടച്ചുകളഞ്ഞത്. അടിയന്തരാവസ്ഥയല്ലേ–അ ധികാരികൾക്ക് കാരണമൊന്നും ആരായേണ്ടതേയില്ല ല്ലോ. ഈ ആകസ്മികത ആളുകളുടെ ആഘാതത്തിന് ആക്കം കൂട്ടി. ശ്രീമതി റെഡ്ഡിയുമതെ, അറസ്റ്റിൽ ആകെ ആടിയുലഞ്ഞതായാണ് അനുമാനിക്കേണ്ടത്. അനീതി ക്കെതിരെ ആശയപരമായ പ്രതിരോധംകൊണ്ട് ആത്മ വീര്യം പോഷിപ്പിക്കുക എന്നതാവാം അന്നത്തെ മുന്തിയ രാഷ്ട്രീയനേതാക്കൾ ഈ കാടത്തത്തിനെതിരെ കൈക്കൊണ്ട സമീപനം. അത്രയ്ക്കൊരു ദാർഢ്യം സ്നേഹലതാറെഡ്ഡിക്ക് അന്യമായിരുന്നു എന്നു വരാം.

ഏതായാലും ജയിൽ എന്ന ദാരുണതയിൽ താൻ നേരിടേണ്ടി വന്ന ധർമസങ്കടങ്ങൾ ആധിയായി മന സിൽ വീർത്തു കെട്ടവേ, അന്യഥാതന്നെ അസഹനീ

യമായ അവിടത്തെ നിത്യനൈമിത്തിനിടെ, അതു നനുക്കെ തുറന്നുവിടാൻ ഒരു നീർച്ചാലെങ്കിലും തീർക്കാതെ വയ്യല്ലോ. അങ്ങനെയായിരിക്കണം അവരുടെ ഡയറിക്കുറിപ്പുകളുടെ പിറവി.

ഈ കുറിപ്പുകൾ അക്കാലത്ത് കർണാടകത്തിൽ കനത്ത ശ്രദ്ധയ്ക്കു വിഷയമായി. ക്രമത്തിൽ വാർത്ത അയൽ സംസ്ഥാനങ്ങളിലേക്കും വ്യാപിച്ചു. ഇതിനെത്തുടർന്നാണ് ഞങ്ങളുടെ കോളേജിലെ കൊച്ചുവൃത്തത്തിൽ ഇതിന്റെ ചർച്ച കടന്നുവന്നത്.

പിന്നീട് ഇതു തർജമ ചെയ്യാമോ എന്നു *ദേശാഭിമാനി* വാരിക ആരാഞ്ഞപ്പോൾ, പ്രതീക്ഷിക്കാവുന്നപോലെത്തന്നെ, ഞാൻ അനന്തമൂർത്തിയും വർമ്മയുമൊക്കെയായി ആശയവിനിമയം നടത്തി. അനന്തമൂർത്തിയാവും സാധനം എനിക്ക് എത്തിച്ചുതന്നിരിക്കുക.

പരിഭാഷ പൂർത്തിയാക്കുന്നതിലും വാരികയിൽ അതു ഖണ്ഡശ: പ്രസിദ്ധപ്പെടുത്തുന്നതിലും സാധാരണയിൽക്കവിഞ്ഞ ഒരു ചാരിതാർഥ്യം ഞാൻ അന്നനുഭവിച്ചു എന്നതത്രേ വസ്തുത. വ്യാപകമായി ഒരു പ്രതിഷേധത്തിലേക്ക്, അണ്ണാറക്കണ്ണനും തന്നാലായത് എന്ന ഭാവത്തിൽ ഞാനെന്റെ വരി പരോക്ഷമായി അരു

ളുകയാണല്ലോ– ഇങ്ങനെയോ മറ്റോ ഒരു മേനി അന്നു മനസിൽ ഉണർന്നിരുന്നെങ്കിൽപ്പോലും അതിനു മാപ്പു ചോദിക്കേണ്ടതില്ല എന്നാശ്വസിക്കട്ടെ.

വഴിയേ ഞാനീ പരിഭാഷയുടെ കഥ മറന്നു. ഇപ്പോൾ എഴുപതാം പിറന്നാൾ നിമിത്തമാക്കി, സുഹൃത്തുക്കൾ ഇതു പുസ്തകരൂപത്തിൽ പുറത്തുകൊണ്ടു വരാൻ ഉത്സാഹിക്കുന്നു. അത്രക്കൊക്കെയുണ്ടോ എന്ന് മനസിന്റെ ഒരു വശം സന്ദിഗ്ധമാവുമ്പോഴും ആ സുഹൃത്തുക്കളോടുള്ള നന്ദി ഏറ്റുപറയാതിരിക്കാൻ വയ്യ.

തൃശൂർ **കെ പി ശങ്കരൻ**

05–05–2009

ആയിരത്തിതൊള്ളായിരത്തിഎഴുപത്തിആറ് മെയ് ഒന്നിന്, രാഷ്ട്രീയമായ സംശയങ്ങളുടെ പേരിൽ സ്നേഹലതാ റെഡ്ഡി ബാംഗ്ലൂർ സെൻട്രൽ ജയിലിൽ തടവിലാക്കപ്പെട്ടു. നിയതമായി ഒരു കുറ്റവും ഉന്നയിച്ചിരുന്നില്ല; ഒന്നും ചോദ്യം ചെയ്യാനൊട്ടു നിവൃത്തിയുമില്ലായിരുന്നു.

ചലച്ചിത്ര പ്രേക്ഷകർക്കു സുപരിചിതയായിരുന്നു സ്നേഹലത– (അവരുടെ ഭർത്താവ് നിർമാണവും സംവിധാനവും നിർവഹിച്ച) പല അവാർഡുകളും നേടിയ *സംസ്കാര* എന്ന കർണാടക ചിത്രത്തിലെ നായികയുടെ നിലയിൽ ബാംഗ്ലൂർ നാടക

വേദിയിലും കലാലോകത്തും അവരൊരു പ്രമുഖ വ്യക്തിയുമായിരുന്നു. എന്നാൽ ഇതിനെല്ലാം മേലെ, അവരൊരു സുഹൃത്തായിരുന്നു; "ജീവിതത്തിന്റെ സമസ്തമേഖലകളിൽ നിന്നുമുള്ള ജനങ്ങൾക്ക്, സോഷ്യലിസ്റ്റ് നേതാക്കൾക്ക്, ബുദ്ധിജീവികൾക്ക്, ഇന്ത്യയിൽനിന്നും പുറത്തുനിന്നുമുള്ള നാടകകലാകാരന്മാർക്ക്, എഴുത്തുകാർക്ക്, ചിത്രകാരന്മാർക്ക്, ഗായകർക്ക്; സർവോപരി ജീവിതത്തിന് ഇപ്പോഴും ഒരർഥവും ലക്ഷ്യവും തേടുന്ന അനേകം ചെറുപ്പക്കാർക്ക്. അവരുടെ ഭാസുരവും ലളിതവുമായ സ്വീകരണമുറിയിൽ അത്തരക്കാരെ എപ്പോഴും കാണായി. അനീതിയും വൈരൂപ്യവും ഒരിക്കലും പൊറുപ്പിക്കാനാവാത്തതായിരുന്നു അവരുടെ ദീപ്തവും ഉജ്വലവുമായ വ്യക്തിത്വം." അവരുടെ വീട് രാത്രിയോ പകലോ ഏതു നേരത്തായാലും സുഹൃത്തുക്കൾക്കൊക്കെ ഒരു വീടായിരുന്നു.

സൗഹൃദത്തിന്റെ ഈ വ്യാപ്തിയും ദീപ്തിയും തന്നെയാണ് അവരെ തടവറയിലെത്തിച്ചതും. സോഷ്യലിസ്റ്റ് നേതാവ് ജോർജ് ഫെർണാണ്ടസിന്റെ ഒരു ചിരകാല സുഹൃത്തുമായിരുന്നു അവർ. മാറിയ പരിത:സ്ഥിതികളിൽ, ഇത്തരം സൗഹൃദം എന്ന വെറും വസ്തുത നിർദയമായും ദുരന്ത പ്രത്യാഘാതങ്ങളിലേക്കു നയിച്ചു.

ഒറ്റ രാത്രികൊണ്ട് തകർന്നടിഞ്ഞു അവരുടെ സുന്ദരപ്രപഞ്ചം; ഭീതിയുടേതും അനിശ്ചിതത്വത്തിന്റേതുമായ ദു:സ്വപ്നം ആരംഭിക്കുകയും ചെയ്തു. അവരുടെ മകൾ നന്ദനയെ ചോദ്യം ചെയ്യാനായി രണ്ടു തവണ പിടിച്ചു. കുടുംബത്തെ കർക്കശമായ കാവലിനു കീഴ്പ്പെടുത്തി. ഏപ്രിൽ 29നു റെഡ്ഡിമാർ മദിരാശിക്കു പുറപ്പെടേണ്ടതായിരുന്നു–അവരുടെ പുതിയ ചിത്രത്തിന്റെ ഷൂട്ടിങ്ങിനുവേണ്ടി ലൈറ്റുകൾ ഏർപ്പെടുത്താൻ. നാലു മണിക്ക് വീടിനു താഴെ റോഡിൽവച്ച് നന്ദനയെ വീണ്ടും പിടിച്ചു–മൂന്നാംതവണയും ചോദ്യം ചെയ്യാൻ. സന്ധ്യക്ക് ഏഴുമണിക്ക് മാത്രമാണ് നന്ദന മടങ്ങി എത്തിയത്. ആരേയും ഒന്നും അറിയിച്ചിരുന്നില്ല, കുടുംബം ഉൽക്കണ്ഠകൊണ്ടു വശംകെട്ടുപോയി. നന്ദനയുടെ ആകസ്മികമായ തിരോധാനം അവരുടെ പരിപാടിയെ അട്ടിമറിച്ചു. എന്തു ചെയ്യണമെന്നുറപ്പില്ലാത്ത അവരെ ഇത് അസ്വസ്ഥയാക്കി. എന്തായാലും തങ്ങളുടെ പദ്ധതിക്കൊത്തു നീങ്ങുകതന്നെ എന്ന് ഒടുക്കം അവർ നിശ്ചയിച്ചു. രാത്രി ഒമ്പതുമണിക്ക്, മകൻ കോനാരക്കിനെ വീട്ടിൽ വിട്ടുകൊണ്ട് അവർ മദിരാശിക്കു യാത്രയായി.

പാതിരാത്രിക്ക് വാതിലിൽ ഒരു മുട്ടു കേൾക്കായി, 'കമ്പി' എന്ന ഒരാക്രോശവും. വാതിൽ തുറക്കാൻ കോനാരക്ക് ഓടിച്ചെന്നതാണ്–പൊടുന്നനെ അയാളെ ഇരു കൈയിലും പിടിച്ചുനിർത്തി. അപ്പോഴേക്കും ഒരു സംഘം പൊലീസുകാർ ഉള്ളിലേക്ക് തള്ളിക്കയറി. കുടുംബം മദിരാശിക്ക് പോയിരിക്കുന്നു എന്നു കണ്ടതോടെ, അവർ അയാളെ അർധനഗ്നമായ ആ അവസ്ഥയിൽത്തന്നെ ഹൈഗ്രൗണ്ട്സ് പൊലീസ് സ്റ്റേഷനിലേക്കു വലിച്ചിഴച്ചു. സംഘത്തിൽ ഏറെപ്പേരും വീട് സൂക്ഷ്മമായി പരിശോധിക്കാൻവേണ്ടി അവിടെത്തന്നെ തങ്ങി–സ്നേഹലതയുടെ 84 വയസുചെന്ന അച്ഛനെയും വേലക്കാരെയും അവിരാമമായി ചോദ്യം ചെയ്തുകൊണ്ട്. പിറ്റേന്ന് പുലർച്ചെ ആറു മണിക്ക് അവർ അവസാനം സ്ഥലം വിട്ടു.

മദിരാശിയിൽ അടുത്ത പ്രഭാതത്തിൽ റെഡ്ഡിമാർ കേട്ട പ്രഥമവാർത്ത, അവരുടെ ദീർഘകാല സുഹൃത്ത് എം എസ് അപ്പാ റാവുവും അദ്ദേഹത്തിന്റെ സുഹൃത്തിന്റെ മകളും അന്ന് വെളുപ്പിന് അറസ്റ്റ് ചെയ്യപ്പെട്ടിരിക്കുന്നു എന്നതാണ്. അവരുടനെ ബാംഗ്ലൂർക്ക് ഫോൺചെയ്യാൻ ശ്രമിച്ചു. പക്ഷേ, അവരുടെ ഫോൺകമ്പികൾ (അന്യായമാംവണ്ണം) മുറിക്കപ്പെട്ട് ഫോൺ ചത്തുകിടപ്പായിരുന്നു. ഒടുക്കം ഒരയൽക്കാരനുമായി സമ്പർക്കം പുലർത്തി, രാത്രി എന്തു സംഭവിച്ചു എന്നും കോനാരക്ക് അപ്പോഴും തിരിച്ചെത്തിയിട്ടില്ല എന്നും അവർ മനസിലാക്കി. ബാംഗ്ലൂർക്കു മടങ്ങുകതന്നെ എന്നുറച്ച് ഒരുക്കം കൂട്ടാനായി അവർ ഹോട്ടലിലെത്തി. അവിടെ പൊലീസുകാരുമായി ഒരു കാർ അവരെ കാത്തുകിടപ്പായിരുന്നു. പൊലീസ് അകമ്പടിയോടെ അവർ വേഗം കാർ തിരികെ വിട്ടു.

ബാംഗ്ലൂരിൽ എത്തിയതോടെ അവരെ നേരെ കാൾട്ടൺ ഹൗസി*ലേക്ക്(Carlton house) കൊണ്ടുപോയി. സ്നേഹയേയും ഭർത്താവിനെയും അവിടെ തടഞ്ഞുവച്ചു. പിന്നെയുള്ളവരെ കാവലോടുകൂടി വീട്ടിൽ കൊണ്ടുചെന്നു വിട്ടു. കൊനാരക്കിന്റെ വിവര

---

* മുമ്പു സർവകലാശാലാ വൈസ് ചാൻസലറുടെ താവളമായിരുന്ന പ്രശസ്തമായ ഒരു സർക്കാർ മന്ദിരം

ങ്ങൾ അപ്പോഴും അജ്ഞാതമായിരുന്നു. തലേന്നുരാത്രി മദിരാശിക്കു പോയതേയുള്ളൂ; മിക്കവാറും ഒട്ടും വിശ്രമം കൂടാതെ പിറ്റേന്നു തന്നെ മടക്കവും– സ്നേഹയും പട്ടാഭിയും ആകെത്തളർന്ന മട്ടിലായിരുന്നു. ആ രാത്രി മുഴുക്കെ അവരെ ഒരു മുറിയിൽ ഇരുത്തി. ഡ്യൂട്ടിയിലുള്ള കാവൽക്കാരന്റെ ഏക വിശദീകരണം ഇതായിരുന്നു. “സായ്ബരു ഈ ഗബരുത്താരേ” (സാഹേബ്ബ് ഇതാ വരികയായി). ആരും വന്നില്ല ആ രാത്രി. എന്നാലും തടവുകാർക്ക് ഉറക്കം നിഷ്കർഷമായും നിരോധിക്കപ്പെട്ടു; അവരെ തുടർച്ചയായ ഒരു വിക്ഷോഭാവസ്ഥയിൽ ഉഴറ്റുകയും ചെയ്തു. കോനാരക്കിന്റെ വിവരമോ സ്ഥിതിയോ ഒന്നും വെളിപ്പെടുത്തിയില്ല. പിറ്റേന്നു വൈകുന്നേരമായപ്പോഴേക്കും സ്നേഹ സ്വന്തം മകനെച്ചൊല്ലിയുള്ള ഉൽക്കണ്ഠകൊണ്ടു മൂർച്ഛയുടെ വക്കോളമെത്തിയിരുന്നു.

ഒടുക്കം ചോദ്യംചെയ്യാൻവേണ്ടി അവരേയും ഭർത്താവിനേയും വെവ്വേറെ മുറികളിലേക്കു കൊണ്ടുപോയി. മന:പൂർവമോ യാദൃച്ഛികമോ ആവട്ടെ, ഘർഷണ തന്ത്രം ഫലിക്കാതിരുന്നില്ല. എന്തെങ്കിലും ഒരുവാക്കുച്ചരിക്കും മുമ്പ്, ഒറ്റ ചോദ്യമെങ്കിലും ഉയരും മുമ്പ്, സ്നേഹ സ്വയം പൊട്ടിക്കരഞ്ഞുപോയി; “എന്റെ മകനെ മടക്കിക്കൊണ്ടുവരൂ. എന്റെ ഭർത്താവിനെ

മോചിപ്പിക്കൂ. എന്റെ മകളെ ശല്യപ്പെടുത്തുകയില്ലെന്ന് ഉറപ്പുതരൂ. ഞാൻ എനിക്കറിയാവുന്നതൊക്കെ പറയാം"–റെഡ്ഡിമാർക്കെതിരെ ഇത്രകാലമായിട്ടും, ഒരു രാഷ്ട്രീയാഭയാർഥിയോടുള്ള അവരുടെ സുവിദിതമായ സുഹൃദ്ബന്ധമൊഴികെ മറ്റൊരു ആരോപണവും ഉന്നയിക്കാനൊത്തിരുന്നില്ല. പക്ഷേ, താൻ പൊടുന്നനെ കടന്നെത്തിയ പുതുലോകത്തോടു പൊരുത്തപ്പെടാനാവാത്തവിധം അത്രയും ഋജുപ്രകൃതിയായിരുന്നു അവർ. തളർന്ന്, ഉറക്കമില്ലാതെ, മകനെച്ചൊല്ലി ഉൽക്കണ്ഠപ്പെട്ട്, അങ്ങനെ ആകപ്പാടെ പ്രത്യക്ഷത്തിൽ കുറ്റം ചുമത്താവുന്ന ഒരു പ്രസ്താവനയിൽ അവർ കൊണ്ടുചെന്നു വീഴ്ത്തപ്പെട്ടു.

കുടുംബത്തിലെ ഓരോ അംഗത്തേയും വിസ്തരിച്ചു മുറിയിൽ കൂട്ടിക്കൊണ്ടു വരികയായി–അവർക്കൊക്കെ കുശാലാണ് എന്നു സ്ഥാപിക്കാൻ. പിന്നെ അവരെയെല്ലാം വീട്ടിലയച്ചു; സ്നേഹയെ തനിയെ തടവിൽ വെച്ചു. പിറ്റത്തെ ആഴ്ച പ്രത്യാശാവഹമായി തോന്നി. സ്നേഹയെ പലവട്ടം എതിർവിസ്താരം ചെയ്തുനോക്കി; എന്നാൽ ഏറെയൊന്നുമുണ്ടായിരുന്നില്ലല്ലോ പറയാൻ. അവർക്കു കോസറിയും വസ്ത്രങ്ങളും ഭക്ഷണവും ഒക്കെ കൊണ്ടുവന്നു കൊടുക്കാൻ കുടുംബത്തെ

സമ്മതിച്ചു. കുടുംബത്തിൽനിന്നുള്ള സന്ദർശനങ്ങൾ അനുവദിക്കപ്പെട്ട ഒരു രാഷ്ട്രീയത്തടവുകാരിയായി അവർ കണക്കാക്കപ്പെട്ടു. ഒരിക്കൽ വൈസ് ചാൻസലറുടെ താവളമായിരുന്ന കാൾട്ടൺ ഹൗസിലെ തഴച്ച പുൽമൈതാനിയിൽ സായാഹ്നങ്ങൾതോറും സ്നേഹ ആതിഥേയയായി മാറി; മിക്കവാറും വീട്ടിലെന്നോണം.

മെയ് 7–ാം തീയതി. അന്നു പട്ടാഭിയും വിദ്യയും അത്താഴവും കൊണ്ടെത്തിയപ്പോൾ ഹൗസ് ആളൊഴിഞ്ഞ് അടച്ചുപൂട്ടിക്കിടപ്പാണ്. ചോദ്യം ചെയ്യാനായി സ്നേഹയെ മറ്റെങ്ങാനും കൊണ്ടുപോയിരിക്കാമെന്ന് കരുതി അവർ കാത്തിരുന്നു. പത്തരയ്ക്ക് അവർ വീട്ടിലേക്ക് മടങ്ങി. അർധരാത്രിയിൽ പക്ഷേ, പിന്നെയും അവിടേക്ക് ചെന്നു. അപ്പോഴും ആളൊഴിഞ്ഞു കിടക്കുന്നു. വീട്ടിൽ തിരിച്ചെത്തി, നിഷ്ഫലമായ ഫോൺ വിളികളുടെ നിലയ്ക്കാത്ത അണി നടത്തിനോക്കി. ആരും ഉറങ്ങിയില്ല ആ രാത്രി. പിറ്റേന്നു രാവിലെ അലിവേറിയ, എങ്കിലും അജ്ഞാതനായ ആരോ ഫോണിൽ അവരെ അറിയിച്ചു, സ്നേഹയെ ജയിലിലേക്ക് കൊണ്ടുപോയതായി താൻ സംശയിക്കുന്നു എന്ന്.

ഇതിനിടെ സ്നേഹയ്ക്ക് എന്തുപറ്റി? അവരുടെ ആദ്യത്തെ അറസ്റ്റിന്റെ വഞ്ചനാതന്ത്രമുണ്ടല്ലോ, അതേ

മുറയ്ക്ക് അവരെ സൂത്രത്തിൽ ജയിലറയ്ക്കകത്തെത്തിച്ചു കഴിഞ്ഞിരുന്നു–കുടുംബത്തിന്റെ അറിവു കൂടാതെതന്നെ. അന്ന് ഉച്ചതിരിഞ്ഞ് ഏറെ സമയത്തിനുശേഷം, അവരെ അറിയിച്ചു, ഇതാ അവരെ വിടുകയായി. സാധനങ്ങളൊക്കെ കെട്ടിവെച്ചോളാൻ. വഴിക്ക് ആദ്യം നിർത്തിയത് ഒരു മജിസ്ട്രേട്ടിന്റെ മുറിയിലായിരുന്നു. അവിടത്തെ നടപടികൾ ഔപചാരികമായി തോന്നി–'നിങ്ങളെ തടങ്കലിനു ശിക്ഷിച്ചിരിക്കുന്നു'എന്ന വാക്കുകൾ അവർ കേൾക്കുവോളവും. ചോദിച്ചപ്പോഴോ, ഒരു പൊലീസുകാരൻ അവരോടു പറഞ്ഞു, അതു വെറുമൊരു ചടങ്ങുമാത്രമാണെന്ന്–എന്നാൽ പിന്നെ അവരെ ജാമ്യത്തിൽ വിടാമല്ലോ. പണം കൊണ്ടുവരേണ്ട താമസം അവരെ ജാമ്യത്തിൽ വിട്ടയയ്ക്കുകയായി എന്നു മജിസ്ട്രേട്ടും ഉറപ്പുകൊടുത്തു. തന്റെ വിവരങ്ങളറിയിച്ചുകൊണ്ട് ഭർത്താവിന് ഒന്നു ഫോൺ ചെയ്യാൻ സ്നേഹ ഒരു പൊലീസുകാരനോട് ആവശ്യപ്പെട്ടു. അയാൾ ഒരു ഫോണിനടുത്തേക്ക് നീങ്ങി, ഒരു വിളി നടത്തുന്നതായുള്ള ചലനങ്ങളൊക്കെ അഭിനയിക്കുകയും ചെയ്തു. എന്നാൽ വിളിച്ചതൊന്നുമില്ല, അടുത്ത പ്രഭാതംവരേയും അവരുടെ സ്ഥിതിയെക്കുറിച്ച് കടുംബത്തിനു വിവരം കിട്ടാതെ തന്നെ ശേഷിച്ചു.

അതിനകം കടലാസുകൾ ഒപ്പുവയ്ക്കപ്പെട്ടു. ഉത്തരവുകൾ പാസായി. കാൾട്ടൺഹൗസിലേക്ക് മടങ്ങാനാണെന്ന നാട്യത്തിൽ സ്നേഹയെ വാഹനത്തിൽ തിരികെ കയറ്റി. അപ്പോഴേക്കും വൈകുന്നേരമായിരുന്നു. മെയ്മാസത്തിലെ അന്തിവെളിച്ചം മങ്ങിക്കെട്ടുകൊണ്ടിരിക്കേ, സ്നേഹയെ ബാംഗ്ളൂർ സെൻട്രൽ ജയിൽ എന്ന ഭീഷണമായ, ജഡമായ ശിലാഗൃഹത്തിലേക്കു കൊണ്ടുപോയി. അവിടെ എത്തിയതോടെ അപമാനകരമായ പല അനുഭവങ്ങളിൽ ആദ്യത്തേതിന് അവർ ഇരയാക്കപ്പെട്ടു. അവരുടെ കെട്ട് സൂക്ഷ്മമായി പരിശോധിച്ചു. അന്തേവാസികളുടെ പട്ടികയിൽ അവരുടെ ഒപ്പും വിരലടയാളവും എടുത്തു. അവരെത്തന്നെ വിവസ്ത്രയാക്കി പരിശോധന നടത്തി. തുടർന്ന് അഴുക്കുവെള്ളം കെട്ടിനിൽക്കുന്ന, ഒരാൾക്കുമാത്രം കഷ്ടി ഇടമുള്ള ഒരു മുറിക്കകത്ത് അവരെ അടച്ചു. അതിന്റെ ഒരറ്റത്ത് കക്കൂസിന്റെ സ്ഥാനത്ത് ഒരു കുഴി. മറ്റേ അറ്റത്ത് അഴിയിട്ട ഒരു വാതിലും. ഭാഗ്യവശാൽ സ്വന്തം കോസറി അപ്പോഴും അവരുടെ കൈവശമുണ്ടായിരുന്നു. അതു നിലത്തു വിരിച്ച് അന്നത്തെ രാത്രി കഴിച്ചു. തന്നെ മോചിപ്പിക്കാനാകട്ടെ, കാണാനെങ്കിലുമാകട്ടെ, ഒരു യത്നവും ചെയ്യാത്ത കുടുംബത്തോടുള്ള രോഷം

അവരുടെ ഭീതിയേയും ഖേദത്തേയും കുറച്ചൊന്നു നിർവീര്യമാക്കി. രാവുമുഴുവൻ കുടുംബം നിർനിദ്രമായി കാത്തിരുന്ന കാര്യം സ്നേഹയ്ക്കറിഞ്ഞുകൂടല്ലോ; ഫോൺവിളി വെറും നാട്യമായിരുന്നു എന്ന കാര്യവും.

പിറ്റേന്നു രാവിലെ അവർ ജയിലിലെത്തി സ്നേഹയെ കണ്ട് ജാമ്യത്തിനപേക്ഷിക്കാനായി നേരെ മജിസ്ട്രേട്ടിന്റെ വീട്ടിലേക്കു തിരിച്ചു. അവരുടെ വക്കീൽ ജാമ്യത്തിന് അപേക്ഷിച്ചാൽ ജാമ്യം അനുവദിക്കപ്പെടും എന്ന് മജിസ്ട്രേട്ട് ഉറപ്പും കൊടുത്തു. വക്കീലിന് അത്ര വിശ്വാസമുണ്ടായിരുന്നില്ല. എന്നാലും ശ്രമിക്കാനായി ചെന്നു നോക്കി. ഇതു ജാമ്യം അനുവദിക്കാവുന്ന കേസല്ല എന്ന് അയാൾ സ്വകാര്യമായി അറിയിച്ചു. തട വുശിക്ഷ എന്ന ധർമസങ്കടം തുടങ്ങിക്കഴിഞ്ഞിരുന്നു. കേസുവിസ്തരിക്കപ്പെട്ടു. ഇന്ത്യൻ പീനൽ കോഡ് 120, 120എ വകുപ്പുകൾ വച്ചുകൊണ്ട് സ്നേഹയ്ക്കെതിരെ കുറ്റാരോപണമുന്നയിച്ചു. ഒടുക്കം ചാർജുകളിൽ മറ്റൊന്ന് സ്ഥാപിക്കാൻ സാധിക്കാതെ സർക്കാർ അവ ഉപേക്ഷിച്ചു. എന്നാലും സ്നേഹയെ തടവിൽവയ്ക്കു ന്നതു തുടരുകയും ചെയ്തു. ഇത് മിസയ്ക്കു(MISA) കീഴെ, അങ്ങനെ നടത്താവുന്ന എല്ലാ വാദങ്ങളുടേയും വായ മൂടി.

ജയിൽ ഡയറി

ക്രമത്തിൽ തടവറ എന്ന യാഥാർത്ഥ്യം സ്നേഹയ്ക്കുമേൽ ഉദിക്കുകയായി.

ഒരു രാഷ്ട്രീയത്തടവുകാരി എന്ന നിലയിൽ തനിക്കവകാശപ്പെട്ട സൗകര്യങ്ങളുടെ അഭാവത്തിൽ അവർ സി ക്ലാസ് തടവുകാരോടൊപ്പം ബന്ധിതയായി. പുരുഷന്മാരുടെ വിഭാഗത്തിൽ സ്ത്രീയെ സൂക്ഷിക്കുകവയ്യ എന്ന ഒരു ജയിൽ നിയമം ഹേതുവായി, മറ്റു മിസത്തടവുകാർക്കിടയിലേക്ക് അവർക്ക് പ്രവേശനം അനുവദിച്ചില്ല. പിന്നെയോ, ഏകാന്തതടവിലിട്ടു പൂട്ടി. ആഴ്ചയിൽ രണ്ടുതവണ കുടുംബത്തിൽനിന്ന് ഒരുമണിക്കൂർ സന്ദർശനം സമ്മതിക്കപ്പെട്ടു. അതും, അവർ മുഖ്യവാർഡനെ അപ്രീതിപ്പെടുത്താതിരുന്നാൽ മാത്രം. അപ്രീതിപ്പെടുത്തിയാലോ; രണ്ടുതവണ കുടുംബം അകാരണമായി മടക്കി അയയ്ക്കപ്പെട്ടു. ഒരു മുഴുത്ത ആസ്ത്മാരോഗി ആണ് സ്നേഹ. അതിന്റെ ശല്യം ഇപ്പോൾ എതാണ്ട് നിരന്തരമായി മാറി.

തന്റെ തടങ്കലിന്റെ ആ കറുത്ത മണിക്കൂറുകളിൽ മനുഷ്യസമ്പർക്കം തീർത്തും നിഷേധിക്കപ്പെട്ട അവസ്ഥയിൽ സ്നേഹ സ്വന്തം വിചാരങ്ങളും വികാരങ്ങളും ഒരു ഡയറിയിൽ രേഖപ്പെടുത്താനാരംഭിച്ചു.

സ്നേഹലത റെഡ്ഡി

ജയിൽ ഡയറി

ജൂലായ് 23 –വിധിനിർണായക ദിനം! യഥാർത്ഥമായും മരിച്ചുപോയി. ഏതാനും നിമിഷങ്ങൾ മാത്രം. നാഡികൾ നിശ്ചലമായി. നിരവധി തവണ മോഹാലസ്യപ്പെട്ടു. ഒന്നുമുണ്ടായിരുന്നില്ല.

ജൂലായ് 23 –മത്തു പിടിച്ചതു പോലെ, തളർച്ച, ദിവസം മുഴുവനും മോഹാലസ്യംതന്നെ. ഒന്നുമില്ല.

ജൂലായ് 24 –വയ്യ. രണ്ടുതവണ മോഹാലസ്യപ്പെട്ടു. ഉച്ചയ്ക്കുമാത്രം ഇത്തിരി ആഹാരം കഴിച്ചു. ശ്വാസം കഴിക്കാൻപോലും ആയാസപ്പെടേണ്ടി വന്നു.

ജൂലായ് 25 –സുദീർഘവും ഏകാന്തവുമായ ദിവസം–ഞാൻ മരണത്തിൽനിന്നും അംഗുലങ്ങൾ മാത്രം അകലെയായിരുന്നു. എന്നെ ഇവിടന്നുപുറത്താക്കുകയോ പരോളിൽ വിടുകയോ വേണം.

ജൂലായ് 26 –രാത്രി മുഴുവൻ മോഹാലസ്യമോ മുതുകുവേദനയോ ആയി ഉറങ്ങാൻ കഴിഞ്ഞില്ല. അവരെന്നെ പരിശോധിച്ചിട്ടില്ല. എന്റെ ഹൃദയമോ രക്തസമ്മർദമോ നോക്കിയിട്ടില്ല. ആർക്കും വേണ്ടത്ര ശ്രദ്ധയില്ല– ഇതെല്ലാം എന്തു വിചിത്രമായിരിക്കുന്നു! ഇന്നലെ മുതൽ ആസ്ത്മ– ഇപ്പോഴും വല്ലാതെ മൂർച്ഛിച്ചിട്ടില്ല. ഒരാഴ്ചയ്ക്കുശേഷം ഡോക്ടർ ഒരു മാസത്തെ ലീവിൽ പോകയാണ്. പിന്നെ എനിക്കെന്തു സംഭവിക്കും? ആരോഗ്യത്തിന്റെ പേരിൽ എന്നെ വിമോചിപ്പിക്കുകയോ പരോളിൽ വിടുകയോ ആയിക്കൂടേ? ഇവിടത്തെ ചുറ്റുപാടുകൾ നിമിത്തം

1976 July

ഞാൻ മിക്കവാറും മരിച്ചിരിക്കുന്നു- എന്റെ ആസ്ത്മ ഒരിക്കലും ഇത്ര തുടർച്ചയായി നിൽക്കാറില്ല. കടുത്തുപോവാറുമില്ല- ഇവിടെ ഇതിന് ഒരു ഭേദവുമുണ്ടാവില്ല- ഇഞ്ചക്ഷനും മറ്റും എടുത്താലും ശരി, എനിക്കു താമസിയാതെതന്നെ ഒരു ഞരമ്പുതകർച്ച ഉണ്ടാവാൻ പോകുകയാണ്-ഞാനതിന്റെ വഴിക്കാണിപ്പോൾ- എനിക്ക് വീട്ടിൽ പോണം. എന്റെ ആളുകളുടെ ഒപ്പം ഇരിക്കണം; ദയവായി എന്നെ വേഗം പുറത്തുവിടുക 'കെ'(കോനാരക്ക്) പോവുന്നതിനു മുമ്പായി-ദയവായി.

കോനാരക്കിനെ കണ്ടത് എത്ര കുറച്ചു നേരത്തേക്കുമാത്രമാണ്-കഷ്ടി അര മണിക്കൂർ-ഓ-എനിക്കിനി ഒറ്റ നിമിഷവും ഇവിടെ കഴിച്ചുകൂട്ടാൻ വയ്യ-ദയവായി എന്നെ പുറത്തുവിടൂ. കേസൊന്നുമില്ലെന്നു പൊലീസ് സമ്മതിച്ചിട്ടുണ്ട്. എന്റെ ഈ ഗുരുതരമായ നിലയ്ക്ക് ജയിലധികൃതരാണ് തികച്ചും ഉത്തരവാദികൾ-തുടക്കത്തിൽ ആശുപത്രിയിൽ പോകുന്നതിൽനിന്ന് അവരെന്നെ തടഞ്ഞു. അവർ തടഞ്ഞതുനിമിത്തം ഞാനിപ്പോൾ വിഷണ്ണയാണ്. സംഭ്രാന്തയാണ്-മൂന്നുമാസമായി നിത്യേന ആസ്ത്മയുണ്ടാവുക എന്നത് എന്താ കളിയാണോ! ഞാൻ മൃതപ്രായയായതാണ്. എന്നിട്ടും അവർ മൂടിവയ്ക്കാൻ നോക്കുന്നു-അവർക്കു നാണമില്ലേ? അവരാരും മനുഷ്യരല്ലേ?

ജൂലായ് 27 – അടുത്തതവണ സഹായത്തിനപേക്ഷിക്കാൻ കൂട്ടാക്കില്ല എന്നു ഞാൻ ഡോക്ടറോടു പറഞ്ഞു-ഞാൻ മരിക്കട്ടെ, അതവരുടെ തലയ്ക്കുവരട്ടെ! ഒരാൾ ഗുരുതരമായ അവസ്ഥയിലെ

ത്തിയാലും അവർക്ക് അതൊരടിയന്തര കാര്യമല്ല തന്നെ. ശരി, എന്നാൽ അവരുടെ പാപം അവർക്കു തന്നെ അനുഭവിക്കാറാവട്ടെ.

മുതുകത്ത് ഇടത്തുഭാഗത്തായി കടുത്തവേദന, വീർപ്പുമുട്ട്. വല്ലാത്ത വിവശത, ബോധക്കേടുകളും– ഞാനെത്രമാത്രം തളർന്നും കുഴഞ്ഞും പോയിരിക്കുന്നു എന്നു മനസിലാക്കാൻ ഒരു പരിശോധനയും നടന്നിട്ടില്ല. എനിക്കെപ്പോഴും ബോധക്കേടുണ്ടാവുന്നു. ഞാനാകെ വിഷണ്ണയായിരിക്കുന്നു. എനിക്ക് എന്തെന്നില്ലാത്ത ക്ഷീണം തോന്നുന്നു. ഉറക്കം വരുന്നു– ഉടനെ നിലത്തുകിടന്നില്ലെങ്കിൽ ഹൃദയം ഇതാ നിലയ്ക്കുകയായി എന്നതുപോലെ.

മരണം ഇത്ര ലളിതമാണോ? ഇത്ര നിരർഥകം?

ഒരു മണിക്കൂറിലേറെ ചെന്നിട്ടും.... വേദന, പീഡനം, ശ്വാസം കിട്ടായ്കയും.

അരഡസൻ തവണയായി ഞാൻ ബോധക്കേടിൽ ഊർന്നുവീഴുന്നു. കഴിഞ്ഞതവണ അതു വന്നതു പതുക്കെയാണ്... മയത്തിൽ...ഒരാഘാതം പിന്നിട്ട് ഞാൻ ഒരിഞ്ചകഷനെത്തുടർന്ന് തളർന്നുകിടക്കും പോലെ... എന്നാൽ, ഇതെന്താണ് വിസ്മൃതിയിലേക്കോ വേദനയില്ലായ്മയിലേക്കോ ഒഴുകിച്ചെല്ലുന്ന ആ പ്രതീതി കൂടിയും ഇല്ലല്ലോ, ഒരു നിമിഷനേരത്തേക്ക്.

മരണം അപ്രകാരമായിരിക്കുമെന്നത് എത്ര വിചിത്രമല്ല!...അഥവാ, ഞാനുൾക്കൊണ്ട ഒരഭ്യൂഹം മാത്രമോ ഇതു തികച്ചും ഒരു യാഥാർഥ്യമല്ല എന്നുണ്ടോ?

അതേ വൈകുന്നേരം എത്ര ശാന്തയായാണ് കോനാരക്കിനെ ഞാൻ കണ്ടത്. ഞാൻ വളരെ കൃതകൃത്യയാണ്, അവന്റെ മുഖം വീണ്ടും കാണാൻ കഴിഞ്ഞുവല്ലോ, ഞാൻ കൃതകൃത്യയാണ്... അവന്റെ

വത്സലമായ, പ്രിയങ്കരമായമുഖം ഒരിക്കൽക്കൂടി കാണാൻ കഴിഞ്ഞല്ലോ. അതുപോലെ തന്നെ അഞ്ജലിയുടേയും റോഡ്നിയുടേയും പട്ടേലിന്റെയും കാര്യവും. എന്തിന് ഞാൻ ബാക്കിയായി? എന്തെങ്കിലും ഉദ്ദേശിച്ചാവുമോ?

ജൂലായ് 28 – ചീത്ത രാത്രി, കടുത്തവേദനയും തളർച്ചയും. എപ്പോഴാണ് ഇതിനൊക്കെ ഒരറുതി? ഐ ജി യും സുഹൃത്തും സൂപ്രണ്ടും വന്നു. എന്റെ കാര്യം ശുപാർശ ചെയ്യാത്തതിനെപ്പറ്റി ഞാൻ പരാതിപ്പെട്ടു– അവർ തിരികെപ്പോയി. അവരെച്ചൊല്ലി ഞാൻ വളരെ അസ്വസ്ഥയായിരുന്നു, വിശേഷിച്ചും സൂപ്രണ്ടിനെച്ചൊല്ലി. അയാൾ ശരിക്കും ഒരു വൃത്തികെട്ട വ്യക്തിയാണ്.

രാവിലെ മണി പതിനൊന്നായി... ഇത്ര നേരമായിട്ടും എനിക്കു ചായയോ പ്രാതലോ കിട്ടിയില്ല. ചില നേരത്ത് അവർ ഉൽക്കണ്ഠയുള്ളവരായിരിക്കും, അടുത്ത നിമിഷംതന്നെ അങ്ങേയറ്റത്തെ അശ്രദ്ധമായ നിലപാടും. കാരുണ്യവും മനുഷ്യത്വവുമുള്ള ഒരേയൊരു വ്യക്തി ഐ ജി മാത്രമാണ്. അദ്ദേഹം ഈ ചുറ്റുവട്ടത്തുള്ളപ്പോൾ കാര്യങ്ങൾ തൃപ്തികരമായി നീങ്ങുന്നു. അല്ലെങ്കിലോ, ആരും ശ്രദ്ധിക്കയില്ല. ഞാനൊരുപാടായി വിലപിക്കുന്നു, എന്റെ തൊണ്ടയിലെ പേശികൾ വല്ലാതെ വേദനിക്കുന്നു.

ജൂലായ് 29 – ഇന്നലെ രാത്രിയും ഉറക്കമില്ല– ഇടയ്ക്കിടെ തേങ്ങൽതന്നെ– എനിക്കു നിർത്താൻ കഴിയുന്നില്ല. ഒരു ഗ്ലാസു കഴുകുകയോ അങ്ങനെ വല്ല എളിയ പണി ചെയ്താൽപോലും ഞാൻ എളുപ്പം തളർന്നു പോവുന്നു. ഈ കോർട്ടിസോണും ഒക്കെക്കൂടി എന്റെ ഹൃദയത്തെയാണോ ബാധിച്ചിട്ടുള്ളത്

എന്ന് എനിക്കു പേടി തോന്നുന്നു. നനുത്ത അധ്വാനമുള്ള ഏതു പ്രവൃത്തിയെത്തുടർന്നും കിതപ്പും വല്ലാത്ത വിയർപ്പും–എന്റെ കഴുത്തിലും മുതുകത്തും പ്രത്യേകിച്ചും. ഇടത്തുഭാഗത്ത് ഇടയ്ക്കു ഭയങ്കരമായ പീഡ(5–30 വൈകുന്നേരം). കോനാരക്കും മറ്റുള്ളവരും എന്നെ കാണാൻ വരുന്നതു കാത്തിരുന്നു. ആരും വന്നില്ല. വൈകുന്നേരം മുഴുവനും രാത്രിയും ഞാൻ മന:ക്ലേശത്തിലായിരുന്നു. ഭക്ഷണവും വസ്ത്രങ്ങളും എത്തി–പക്ഷേ കോനാരക്കില്ല–എന്തു പറ്റി? അവനു വയ്യേ? ആർക്കെങ്കിലും രോഗമാണോ? ഈശ്വരാ ദയവായി എന്നെ തുണയ്ക്കണേ!

അതോ സൂപ്രണ്ട് എന്റെ കേസു ശുപാർശ ചെയ്തില്ലല്ലോ, അതിന്റെ പേരിൽ ഞാനസ്വസ്ഥയായതിന് അവരെന്നോടു പകരം വീട്ടുകയാണോ? സംഗതിയെന്താണ്: ഞാൻ ആശകെട്ടുപോവുമാറ് ആതുരയായിരുന്നു, അയാളുടെ ജയിലിൽക്കിടന്നു മിക്കവാറും അന്ത്യശ്വാസം വലിക്കാറായതുമാണ്. എന്നിട്ടും അയാൾ പറയുന്നു എന്നെ ആശുപത്രിയിലാക്കണമെന്നു ശുപാർശചെയ്യാൻ അയാൾക്കു സാധ്യമല്ലത്രെ.

ഇല്ല, അയാൾ ഇത്ര മൂഢനും നീചനുമായിക്കൂടാ. അയാൾ ഒരച്ഛനാണല്ലോ– നിരാശ എന്നത് എന്താണെന്ന് അയാൾക്ക് അറിവുണ്ടാവണം; അസ്വസ്ഥയായ ഒരു സ്ത്രീയുടെ പ്രകൃതം എന്താവുമെന്നും– ഇല്ല, അയാൾ അത്ര തരംതാണ ഒരുത്തനാവാൻ വഴിയില്ല. അയാൾ നല്ലവനാണ്. പക്ഷേ, നാണം കുണുങ്ങിയും–എന്നാണ് എനിക്കു തോന്നിയത്. ഈശ്വരാ അവരെന്തേ വരാത്തത്, എനിക്കറിയില്ലല്ലോ.

29 ജൂലായ്, 1976
സ്നേഹലതാറെഡ്ഡി,
സെൻട്രൽ ജയിൽ

ആഭ്യന്തരകാര്യങ്ങൾക്കുള്ള കമ്മീഷണർ & ഗവൺമെന്റ് സെക്രട്ടറി അവർകൾക്ക്,

ആഭ്യന്തരവകുപ്പ്,
വിധാൻസൗധം.

പ്രിയപ്പെട്ട കമ്മീഷണർ,

ഞാൻ മൂന്നു കത്തുകൾ താങ്കൾക്കെഴുതി. എന്നാൽ ഒരുത്തരവും എനിക്കു കിട്ടാത്തതിനാൽ അവ താങ്കളുടെ കൈയിലെത്തിയിട്ടുണ്ടെന്ന് എനിക്കുറപ്പില്ല. എന്റെ അസുഖത്തെക്കുറിച്ചുള്ള കത്ത് ഈ മാസം പതിനൊന്നാംതീയതിയാണെഴുതിയത്.

ഇരുപത്തിരണ്ടാം തീയതി എനിക്ക് ആസ്ത്മയുടെ കനത്ത ആഘാതം നേരിട്ടു. ശ്വാസത്തിനുവേണ്ടി വിഷമിച്ചുകൊണ്ടും സഹായത്തിനുവേണ്ടി

വിലപിച്ചുകൊണ്ടും ഒരു മണിക്കൂറിലേറെ ഞാൻ കിടന്നു മല്ലിടേണ്ടിവന്നു. ഒരു മണിക്കൂറിനു ശേഷമോ മറ്റോ ഡോക്ടറെത്തി. അദ്ദേഹത്തിന്റെയും എന്റെ ചുറ്റുമുണ്ടായിരുന്ന ഏവരുടെയും അഭിപ്രായത്തിൽ, ജീവിതത്തിനും മരണത്തിനുമിടയ്ക്ക് നിമിഷങ്ങളുടെ അന്തരമേ ഉള്ളൂ. മൂന്നു മാസം മുമ്പ് ഞാനീ കാരാഗൃഹത്തിൽ പ്രവേശിച്ചപ്പോൾ, ഞാനും എന്റെ ബന്ധുക്കളും ഇവിടത്തെ അധികൃതരെ അറിയിച്ചതായിരുന്നു, എനിക്കു കഠിനമായ ആസ്ത്മയുള്ള കാര്യം... ഞാനീ കാരാഗൃഹത്തിലെത്തിയതുമുതൽ എനിക്കു കടുത്ത ആസ്ത്മയും നിരന്തരവും ദാരുണവുമായ ആഘാതങ്ങളും ഉണ്ടാവാറുള്ളതാണ്; എന്തെന്നാൽ, അതിനുള്ള ഹേതുക്കളൊക്കെ എപ്പോഴും എന്റെ ഒപ്പമുണ്ടല്ലോ. മാത്രമല്ല, എന്നെ തടവിലിട്ടതിന്റെ അനീതി എന്റെ മനസു തളർത്തിയിരിക്കേ എനിക്കു വിലാപപൂർവകമായ അപസ്മാരവും ഉണ്ടാവുന്നു. അതും ഈ ആഘാതങ്ങൾക്ക് അയവുവരുത്തുകയല്ലല്ലോ ചെയ്യുക. കുറച്ചു ദിവസത്തേക്ക് എന്നെ ആശുപത്രിയിലയയ്ക്കാൻ ഞാൻ ആവശ്യപ്പെട്ടു. പക്ഷേ, അവർ തടസം പറയുകയും അറച്ചുനിൽക്കുകയുമേ ചെയ്തുള്ളൂ. ഒരു രാത്രി എനിക്ക് ആസ്ത്മാശല്യം ഇളകിയിട്ട് ഒരു മണിക്കൂറിനുശേഷം മാത്രമേ ഡോക്ടർക്ക് എത്താൻ പറ്റിയുള്ളൂ. ഭാഗ്യംകൊണ്ട് അദ്ദേഹം എത്തുവോളവും എനിക്കെങ്ങനെയോ കാത്തു നിൽക്കാൻ കഴിഞ്ഞു. അതിൽപ്പിന്നെ എന്നെ പരിശോധിക്കാനായി അവർ നാലു സർജൻമാരെ കൊണ്ടുവന്നു. എന്നെ അടിയന്തരമായി ആശുപത്രി

യിലേക്കയക്കണമെന്ന് അവരെല്ലാം പ്രഖ്യാപിച്ചു. ഇവിടത്തെ അലർജിയുണ്ടാക്കുന്ന അടഞ്ഞ ഈ അന്തരീക്ഷം രോഗം ശമിക്കാൻ സഹായകമാവില്ല തന്നെ. ഇരുപതു ദിവസം കഴിഞ്ഞ് അധികൃതർ എന്നോടു പറഞ്ഞു, എന്നെ ആശുപത്രിയിലാക്കണമെന്ന്. ഒറ്റ ഡോക്ടർപോലും അതിന് ശുപാർശ ചെയ്തിരുന്നില്ലത്രെ. പിന്നെ ഞാൻ വിക്ടോറിയാ ആശുപത്രിയിലേക്ക് തലങ്ങും വിലങ്ങും നടപ്പായി. അതിനെത്തുടർന്നുള്ള നാടകം വിസ്തരിക്കേണ്ടതില്ല, അത്രത്തോളം ഹതാശമായ ഒന്നത്രെ. ഒരു സ്വകാര്യ വാർഡിൽ ഞാൻ പ്രവേശിക്കുന്നതു തടഞ്ഞുകൊണ്ട് നിരവധി ഒഴിക്കഴിവുകൾ സ്വരൂപിക്കുക എന്നതായിരുന്നു ഫലം. ഇടതടവില്ലാത്ത ഈ ആഘാതങ്ങൾക്ക് ഒരു വിരാമം–ഇതൊന്നു മാത്രമായിരുന്നു അപ്പോൾ എന്റെ ആവശ്യം. കാരണം, എന്തിനെന്നില്ലാതെ ഇവിടെ ബന്ധിക്കപ്പെട്ട് ഞാൻ ഹൃദയപീഡ അനുഭവിക്കയായിരുന്നു. അതിനാൽ എനിക്കേതാണ്ടു നിത്യേന ആഘാതം കിട്ടിക്കൊണ്ടുമിരുന്നു –എന്നും കോർട്ടിസോണും ഹാനികരങ്ങളായ മറ്റു മരുന്നുകളും (ആസ്ത്മയ്ക്ക് അനുകൂലമാണെങ്കിലും, ശരീരത്തിനും തൊലിക്കും ഹാനികരങ്ങളായവ) കഴിച്ച് എന്റെ നില വഷളാകയേ ചെയ്തിട്ടുള്ളൂ.

ഇരുപത്തിരണ്ടാം തീയതി ഉണ്ടായതുണ്ടല്ലോ, അതു വളരെ ഗുരുതരമായ സംഗതിയാണ്. ഇവിടത്തെ അധികൃതർ മനസിലാക്കുന്നില്ലെങ്കിൽ ഗവൺമെന്റെങ്കിലും അതു മനസിലാക്കണം. അടുത്ത തവണ ഞാൻ കടന്നുപോയേക്കും, അപ്പോഴേക്കും കാലം തീരെ തെറ്റുകയും ചെയ്യും. നിരന്തരമായ

ആഘാതം ചെറുത്തുനിൽക്കാൻ മാത്രം എനിക്കിപ്പോൾ കരുത്തില്ല. ഞാനിവിടെ പെടാൻ ന്യായമൊന്നും ഇല്ലെന്നിരിക്കെ എനിക്കു കൂടക്കൂടെ മോഹാലസ്യവും നൈരാശ്യവും ഉണ്ടാവുകയാണ്. എന്റെ ഒരേയൊരു മകൻ അടുത്തമാസം അമേരിക്കയ്ക്ക് പുറപ്പെടുകയാണ്. എനിക്കെതിരെ കേസൊന്നുമില്ലല്ലോ, അതിനാൽ ഞാൻ മോചിപ്പിക്കപ്പെടും എന്നതായിരുന്നു എന്റെ പ്രതീക്ഷ. അതിന്റെ ഒരു ലക്ഷണവും കാണുന്നില്ല. ഇതെന്നെ വിഷണ്ണയാക്കിയിരിക്കുന്നു. എന്തെന്നാൽ, എന്റെ മകൻ പോവുംമുമ്പു കുറച്ചു നാളെങ്കിലും അവനോടൊരുമിച്ച് ഇരിക്കാൻ എനിക്ക് കൊതിയുണ്ട്. ഒരമ്മയുടെ ഹൃദയം താങ്കൾ മനസിലാക്കണം; അതും താങ്കൾക്കെല്ലാം അറിയാവുന്നതാണല്ലോ, എന്നെ ഇനിയും ഇവിടെ ബന്ധിച്ചിടാൻ ഹേതുവൊന്നുമില്ല. എന്റെ ജീവിതം ഒരു തുറന്ന പുസ്തകമായിരുന്നിട്ടുണ്ട്–ചിലപ്പോൾ ഞാൻ ആഗ്രഹിച്ചുപോവുന്നു ഈ ബന്ധനം അർഹിക്കുമാറ് യഥാർഥത്തിൽ എന്തെങ്കിലും ചെയ്തിരുന്നെങ്കിൽ എന്ന്.

മറ്റൊന്നും സാധ്യമല്ലെന്നും വരട്ടെ, ദയവായി എന്നെ പരോളിലെങ്കിലും വിട്ടയയ്ക്കുക. കുറച്ചുദിവസമെങ്കലും എനിക്ക് എന്റെ കുടുംബത്തോടും മകനോടും ഒന്നിച്ചുകഴിയണം. ഈ മാനസിക പീഡ എന്നെ വശംകെടുത്തിക്കളയുന്നു. എനിക്കു വല്ലാത്ത അസുഖവുമുണ്ട്.

ദയവായി എന്നെ സഹായിക്കുക.

– ആത്മാർഥമായും താങ്കളുടെ
സ്നേഹലതാ റെഡ്ഡി

ജൂലായ് 30 -എന്തേ അവർ വരാഞ്ഞത്, ഞാൻ എടുത്തെടുത്തുചോദിച്ചു-എന്നാൽ ഒരുത്തരവുമില്ല. ഞാൻ കാത്തിരിപ്പുതന്നെ കാത്തിരിപ്പ്. ഡോക്ടർവന്ന് ഞാൻ പീഡയിലുഴലുന്നതു കാണായി-പക്ഷേ ഒന്നും സംഭവിച്ചില്ല അദ്ദേഹം പറഞ്ഞു. എനിക്കുള്ള സന്ദർശനങ്ങൾ സൂപ്രണ്ടു റദ്ദാക്കിയിരിക്കുകയാണ്; കാരണം ഐ ജിയുടെ സാന്നിധ്യത്തിൽ ഞാൻ സൂപ്രണ്ടിനോടു അപമര്യാദകാട്ടി....

ജൂലായ് 31, 1976-വേണുഗോപാലും നഞ്ചഗൗഡയും പട്ടീലും ജെ എച്ച് പട്ടേലിൽനിന്ന് എന്നോട് ഭക്ഷണം കഴിക്കാനാവശ്യപ്പെട്ടുകൊണ്ടുള്ള ഒരു കത്ത് കൊണ്ടുവന്നു-പട്ടാഭിക്ക് ആളയച്ചതായി പറഞ്ഞു. എപ്പോഴാണ് പട്ടാഭി വരിക എന്നു ഞാനാരാഞ്ഞു. അവർ പറഞ്ഞു, ഞായറാഴ്ച. ഞാനെന്റെ നിരാഹാരം ഭഞ്ജിക്കാൻ സമ്മതിച്ചു.

ആഗസ്റ്റ് 1, 1976–ഏറ്റവും ഹീനമായ ഇനത്തിൽപ്പെട്ട ഒരു പരപീഡനപ്രിയനാണു ഛബലാനി (ജയിൽ സൂപ്രണ്ട്). അയാൾ ഒരു ഭീരുവാണ്, നുണയനുമാണ്. ഇത്തരമൊരു വ്യക്തിയെ ഞാനിതുവരെ കണ്ടുമുട്ടിയിട്ടില്ല. ദുഷിച്ച പെരുമാറ്റം, വികൃതമായ രൂപം, തലതിരിഞ്ഞ പാകവും– ഒക്കെയാണയാൾ. ശക്തിയേറിയ വാക്കുകൾ, പക്ഷേ, ഓരോ വാക്കും സത്യമത്രെ. അയാളൊരുത്തൻ നിമിത്തമാണ് ഇനി അനങ്ങാനാവാത്തവണ്ണം ഞാൻ ഗതികെട്ടുപോയത്. അവിടെ വിചാരങ്ങളെയാകെ വീർപ്പുമുട്ടിച്ച് എന്നെ നിസ്സഹായയാക്കി.

മന:പൂർവമായ അവഗണന–ഞാനിവിടെ പതുക്കെ മരണമടയും, പണ്ടത്തെ വിസ്മൃതമായ ഒരു ഗാനമെന്നോണം ഒരു പൊതുസ്ഥലത്തു

കിടന്നു മരിക്കാൻ ഇവരെന്തിന് എന്നെ നിർബന്ധിക്കുന്നു?

ആഗസ്റ്റ് 4, 1976–ഒരാളും എത്തിയില്ല. ഇന്നലെ രാത്രി ഒരു മണിക്കു കലശലായ ഒരാഘാതമുണ്ടായി. ഒരിഞ്ചക്ഷനെത്തുടർന്നു മൂന്നു മണിക്ക് ഉറങ്ങി. അഞ്ചു മണിക്ക് എഴുന്നേറ്റു–ചീത്തദിവസം!

ആഗസ്റ്റ് 5, 1976–കടുത്ത മുതുകുവേദന–കനത്ത ആസ്ത്മയും–ഞെളിപിരികൊണ്ടു മുറിയിൽ തലങ്ങും വിലങ്ങും നടക്കുന്നു– രണ്ടുകാംപോസുഗുളികകൾ കൊടുത്തയച്ചതൊഴികെ ഒരാളും വന്നില്ല. സായാഹനത്തിൽ ഏറെ വൈകി വേണുഗോപാൽ എത്തി, എന്റെ ഡോക്ടറുടെ പേര് സർക്കാരിന് അറിഞ്ഞാൽ കൊള്ളാമെന്നുണ്ട് എന്നും പറഞ്ഞു. രേഖാരൂപത്തിൽ കണ്ടല്ലാതെ ഞാനിതൊന്നും വിശ്വസിക്കുന്നില്ല.

ആഗസ്റ്റ് 6, 1976–എന്നെ ആശുപത്രിയിലേക്കയച്ചില്ല എന്ന കാരണത്തിനു ഞാനൊരു നിരാഹാരസത്യഗ്രഹമാരംഭിച്ചിരിക്കയാണ് എന്നു പട്ടാഭിക്കെഴുതാൻ സൂപ്രണ്ട് മിസ സുഹൃത്തുക്കളോടു

പരോക്ഷമായി നിർദേശിച്ചു. അസംബന്ധം, വിഡ്ഢിത്തം–എന്തൊരു നുണ. അതോ മൂഢമായ നുണയും നിരാഹാരസത്യഗ്രഹമെന്നത് ഒടുക്കത്തെ കൈയായേ ഉപയോഗപ്പെടുത്താവൂ എന്ന വിവരം ഞാൻ പര്യാലോചിക്കണമെന്നു അവർ പറഞ്ഞതിൽ അത്ഭുതമൊന്നുമില്ല. ഇവരെന്നോട് എപ്പോഴും പെരുമാറിപ്പോന്ന രീതിയെപ്പറ്റി അവർക്കു ബോധമില്ല. മിസ നിയമങ്ങൾ എന്നെ അറിയിക്കാതെ സൂക്ഷിച്ചിരിക്കുന്നു. കാറ്റുകിട്ടാതെ, ജയിൽവളപ്പിലേക്കു നോക്കാൻ ഒരു ജനൽ പോലുമില്ലാതെ ഈ സി ക്ലാസ് തടവുകാരുടെ ഒപ്പം എന്നെ അടച്ചിടേണ്ട ഒരു കാര്യവുമില്ല. മിസക്കാരുടെ അടുത്ത് എനിക്കുവേണ്ടി ഒരു മുറി അവർക്ക് എളുപ്പം തിരിച്ചെടുക്കാമായിരുന്നു. എയോ ബിയോ–എനിക്ക് ആ വക നിബന്ധനയൊന്നുമില്ല. ഇവിടെ പുരുഷന്മാരാവട്ടെ, സ്ത്രീകളാവട്ടെ, ഒരു കൂട്ടുമില്ല– ഒന്നു നടക്കാനിടമില്ല, ശുദ്ധവായുവില്ല, സംവാദങ്ങളുമില്ല. മിസനിയമങ്ങൾ ഉദാരവും നീതിയുക്തവുമാണ്, എനിക്ക

റിയാം. പക്ഷേ, ഈ മനുഷ്യൻ ചെലവു ലാഭിക്കാനോ എന്നെ പീഡിപ്പിക്കാനോ മാത്രമായി ഈ കൗശലം ഒപ്പിച്ചെടുത്തിരിക്കയാണ്. വാസ്തവത്തിൽ എനിക്കുള്ള അവകാശങ്ങൾ എന്നെ അറിയിക്കാതെ കാത്തതു മനഃപൂർവമാണ്–എന്നാലല്ലേ അയാൾക്ക് എന്തും വരട്ടെ, അയാൾക്കറിയാം പിന്നെ അങ്ങനെ എന്തും ചെയ്തു തടിതപ്പാനൊക്കുകയില്ലെന്ന്. അവരൊക്കെ ഒന്നാന്തരം മാന്യരാണ്. എന്നെ നോക്കിരക്ഷിച്ചേനേ. എനിക്ക് ഈ ഏകാന്തതയും വേണ്ടിവരില്ലായിരുന്നു. പിന്നെയോ, അവർ എന്റെ കാര്യം ശ്രദ്ധിച്ചോളും. ഇതറിഞ്ഞിട്ടുതന്നെയാണു തലതിരിഞ്ഞ ഇയാൾ എന്നെ മനഃപൂർവം ഇവിടെത്തന്നെ ഇട്ടിരിക്കുന്നതും പീഡിപ്പിച്ചുകൊണ്ടിരിക്കുന്നതും. ഈശ്വരാ, ഓരോ ദിവസവും ഉണർന്നെഴുന്നേൽക്കാൻ എനിക്കു പേടിയായിരുന്നു; ഏതു പുതിയ രീതിയിലാവും ഇന്നയാൾ എന്നെ പീഡിപ്പിക്കുക!

ഐ ജി ക്കുള്ള അടിയന്തരക്കത്തു കൊണ്ടുപോവാനായി ഒരു ജയിലറായ പട്ടേലിനെ അയ

ച്ചുതരണമെന്നു ഞാനാവശ്യപ്പെട്ടിട്ടുണ്ട്. അയാൾ വരികയാണെങ്കിൽ, എന്റെ കൈയിൽ നിന്ന് ഒരു കത്തു വാങ്ങിയിരിക്കുന്നു എന്നു എഴുതി ഒപ്പിട്ടുതരേണ്ടതുണ്ടാവും.

പട്ടേൽ വന്നു. അയാൾ ഈ കടലാസ് ഒപ്പിടേണ്ടതുണ്ടെന്നു ഞാനറിയിച്ചു. അയാൾ പറഞ്ഞു, ചോദിക്കട്ടെ, എന്നിട്ട് എന്റെ എഴുത്തുകൾ ഒരിക്കലും അയയ്ക്കാറില്ലെന്നും പറഞ്ഞു മടങ്ങി വന്നു. ശരിതന്നെ.

ആഗസ്റ്റ് 7, 1976–ഇന്നലെ രാത്രി പിന്നേയും ആഘാതം, ദീനമായ ദിവസം. ഡോക്ടർ എന്നും വരുന്നുണ്ട്. അദ്ദേഹം നല്ലൊരാളാണ്. ഐ ജി ഇപ്പോഴും ഇല്ല.

ആഗസ്റ്റ് 8, 1976–രാത്രി മുഴുവൻ ആഘാതം. ഇടയ്ക്കൊരു വിരാമമേ ഇല്ല. അവർ അങ്ങനെയോ ഇങ്ങനെയോ ഒന്നു തീർപ്പുകൽപ്പിച്ചിട്ടുണ്ടാവട്ടെ എന്ന് ഈശ്വരനോടു പ്രാർഥിക്കുന്നു.

ആഗസ്റ്റ് 9, 1976–ചുമ തുടരുന്നു–മരുന്നുകളും ഉറക്കമില്ലായ്മയും എന്നെ കൊല്ലുകയാണ്.

ആഗസ്റ്റ് 10, 1976–ഇന്നലെ രാത്രി ചുമയാരംഭിച്ചു. എന്റെ ശ്വാസനാളങ്ങൾക്കു വീണ്ടും നീരുവന്നിരിക്കയാണ്. ഇതു വല്ലാത്ത അസ്വാസ്ഥ്യമാണ്. കോനാരക്കും നന്ദയും പട്ടാഭിയും എന്നെ കാണാനെത്തി. വളരെ സന്തോഷം, എന്നാലും വല്ലാത്ത വയ്യായ്ക.

ആഗസ്റ്റ് 12, 1976–ഇന്നലെ രാത്രി കടുത്ത ആഘാതമുണ്ടായിരുന്നു. സ്വയം മരുന്നു കഴിച്ചു. സാധാരണ മരുന്നുകൾ. ഇന്നു പലവട്ടം ബോധക്കേടുകൾ. ഇപ്പോഴും ഇത്തിരിശ്ശ കഫം ചുമയ്ക്കുന്നു.

ആഗസ്റ്റ് 13, 1976–ചീത്തരാത്രി, ചീത്ത ആഘാതം.

....സൂപ്രണ്ടുമൊന്നിച്ച് ഐ ജി വന്നു. അകത്തേക്കു വരാൻ ക്ഷണിച്ചു. ഞാനറിയിച്ചു: “എന്റെ മരണം മിക്കവാറും പൂർത്തിയായപ്പോഴാണ് താങ്കൾ എത്തിയിരിക്കുന്നത്.” “അല്ലല്ല, ഞാൻ വല്ലാത്ത തിരക്കിലായിരുന്നു.” ഞാൻ പറഞ്ഞു, “താങ്കളുടെ സൂപ്രണ്ടാണ് എന്റെ ക്ലേശത്തിന്

കാരണം.” ഐ ജി അയാളെ പറഞ്ഞയച്ചു.

ആഗസ്റ്റ് 14, 1976– കഠിനമായ വിഷാദം–മാനസികമായ പീഡയിൽ–ഇപ്പോഴെങ്കിലും ഐ ജി എനിക്കുവേണ്ടി എന്തെങ്കിലും ചെയ്യണം. അല്ലെങ്കിൽ സർക്കാരിന് അപ്പീൽ സമർപ്പിക്കാൻ ഞാൻ നിർബന്ധിതയാവും.

ആഗസ്റ്റ് 16, 1976– എനിക്കു വയ്യായിരുന്നു. എങ്ങനെയുണ്ടെനിക്ക് എന്നു ചോദിക്കാൻ പട്ടീൽ നേരത്തെ വന്നു. പിന്നെ കല്യാണമ്മയും. താടിയുള്ള ആ പൊലീസുകാരനുമൊന്നിച്ച് പെട്ടെന്നു സൂപ്രണ്ടും എത്തി. അയാൾ എന്നെ തുറിച്ചു നോക്കി. ഞാൻ ഒന്നും മിണ്ടാഞ്ഞപ്പോൾ, ഫാനിൽ കണ്ണുകളൂന്നി പറയാൻ തുടങ്ങി: ‘നിങ്ങൾക്കെങ്ങനെയിരിക്കുന്നു’–അപ്പോൾ അയാളെ തടഞ്ഞുകൊണ്ടു വളരെ മര്യാദയോടെ ഞാൻ പറഞ്ഞു.: ‘മിസ്റ്റർ ഛബലാനീ, ഐ ജിയില്ലാതെ, അല്ലെങ്കിൽ നിങ്ങളുടെ കീഴുദ്യോഗസ്ഥനല്ലാത്ത ആരെങ്കിലും സാക്ഷിയായി ഇല്ലാതെ, നിങ്ങൾ ദയവായി എന്നോടു സംസാരിക്കരുത്. എന്തെന്നാൽ,

ഇനിയും വല്ല അപമര്യാദയുടേയും ആരോപണം നിങ്ങൾ എന്റെ പേരിൽ ഉന്നയിക്കും'. അയാൾ സമ്മതിച്ചു; 'ശരി, അങ്ങനെ ആയ്ക്കോട്ടെ– നിങ്ങൾ എന്നോടു സംസാരിക്കേണ്ട; ഞാൻ നിങ്ങളോടും സംസാരിക്കുന്നില്ല.' ഞാൻ അയാളോടു സംസാരിക്കാത്തതുകൊണ്ടും നഷ്ടമൊന്നുമില്ല. അയാൾ സംസാരിക്കയല്ല പതിവ്– പിന്നിൽക്കൂടി ഭയങ്കര സംഗതികൾ ഒപ്പിക്കുന്നു. അയാളുടെ 'എങ്ങനെയിരിക്കുന്നു' എന്ന അന്വേഷണം ഔദ്ധത്യത്തോടെയാണ് ; അല്ലാതെ അലിവോടെയോ പ്രസന്നഭാവത്തിലോ അല്ല. എന്തൊരു അറപ്പിക്കുന്ന ജീവിയാണയാൾ. ഐ ജിയുടെ മുമ്പിൽ അയാൾ ശരിക്കും കെഞ്ചുന്നു. ഒതുങ്ങി, നാണിച്ചു ചൂളി; എനിക്കയാളോടു വെറുപ്പാണ്. ഒരു കൃമിയായിട്ടാണു ഞാനയാളെ കരുതുന്നത്.

ആഗസ്റ്റ് 19, 1976–ഇന്നു പരക്കെ സ്വസ്ഥതയാണ്. പണിയെടുപ്പിക്കലില്ല–എന്നാൽ എനിക്കോ, ആത്മാവിൽ വിശപ്പും വേദനയുമാണ്–എനിക്കെന്റെ മകനെ വേണം. അവനെ

കാണാൻ, അവനോട് ഒരുപാടു സംസാരിക്കാൻ –അതെ, ശരിക്കും ഒരുപാട്–ഞാനാശിക്കുന്നു. ഈ ഏതാനും അന്തിമദിവസങ്ങളിൽ അവനോടൊന്നി ച്ചിരിക്കാൻ.

എന്റെ മകൻ ദൂരെപ്പോവുകയാണ്. അടുത്ത തവണ ഞാൻ കാണുക ഒരു വലിയ ആളെ യാവും. അവനിലുള്ള കുട്ടിക്കുവേണ്ടി ഞാൻ ചികയേണ്ടിവരും. അതെങ്ങനെയിരിക്കും? എന്നാണ് ഞാനവനെ കാണുക? എന്താണ് എനിക്കീ വേദന എപ്പോഴും? എന്താണ്?

ആഗസ്റ്റ് 20, 1976–എന്നെക്കാണാൻ ഒറ്റ ജീവിയും എത്തിയില്ല പന്ത്രണ്ടാംതീയതി ഐ ജി വന്നതിൽപ്പിന്നെ. ഞാൻ വിചാരിച്ചത് അദ്ദേഹം എനിക്കുവേണ്ടി എന്തെങ്കിലും ചെയ്യുമെന്നാണ്. എന്നാൽ ഇത്രയായിട്ടും ഒന്നു ചെയ്തിട്ടില്ല. മിസ എന്നുവെച്ചാൽ എന്താണെന്നു ബി റെഡ്ഡി ഇന്നു തികച്ചും വിശദമാക്കി. ഞാനും എം എസും അതിനുകീഴിൽ പെടുന്നില്ല. എങ്കിൽ പിന്നെ ഞങ്ങളെന്തുകൊണ്ടിവിടെ? ഞങ്ങളെ ബോധ്യപ്പെ

ടുത്തേണ്ടതുണ്ട്. സർക്കാരിൽ നിന്നെങ്കിലും എനിക്കൊരുത്തരം കിട്ടണം.

ഈ ലോകത്തിൽ ഒറ്റയാളുമില്ല ദയാലുവായിട്ട്. (എന്റെ കുടുംബം പോലുമില്ല). കോനാരക് പോവുകയാണ്. എല്ലാവരുംകൂടി അകാരണമായി എന്നെ അകലെ വലിച്ചെറിഞ്ഞിരിക്കുന്നു.

എല്ലാ വൈകുന്നേരവും കാത്തിരുന്നു. എന്തേ അവർ വരാഞ്ഞത്? എന്തേ? എന്തേ?

ആഗസ്റ്റ് 23, 1976–കോനാരക്, നന്ദന, പട്ടാഭി, വിദ്യ–ഒക്കെവന്നു– അരമണിക്കൂർ നേരത്തേക്കു മാത്രം ഒരു ജീവിതത്തിലെ മുഴുവൻ സ്നേഹവും പറയാനോ പകരാനോ ആർക്കെങ്കിലും പറ്റുമോ?

ആഗസ്റ്റ് 24, 1976– ഇന്നു ഡി ഐ ജിയിൽനിന്നു പ്രത്യേകാനുമതിയുണ്ടായിരുന്നെങ്കിലും എന്നെ കാണാൻ അവർക്ക് കഴിഞ്ഞില്ല– എനിക്കെന്റെ മകനെ കാണാൻ കഴിഞ്ഞില്ല–എന്റെ മകൻ, ഓ ഈശ്വരാ, പ്രപഞ്ചത്തിലെ എല്ലാ ശാപങ്ങളും ചേർത്തു ഞാൻ ഛബലാനിയെ ശപിക്കയാണെങ്കിൽപ്പോലും മതിയാവില്ലല്ലോ. അയാൾ

തിന്മയാണ്, ഹീനതയാണ്, എന്റെ ജീവിതത്തിൽ ഇതിനുമുമ്പ് ഒരിക്കലും ഒരാളോടും എനിക്കങ്ങനെ തോന്നിയിട്ടില്ല!

ആഗസ്റ്റ് 25, 1976–കോനാരക് പോയി! ഇന്നു വെളുപ്പിന്. ഈശ്വരൻ അവനോടൊന്നിച്ചുണ്ടാവട്ടെ.

ആഗസ്റ്റ് 26, 1976–സങ്കടം

ആഗസ്റ്റ് 27, 1976–അയ്യോ, സങ്കടം

ആഗസ്റ്റ് 28, 1976–ഐ ജി വന്നു. നാറുന്ന പരിപ്പ്, പട്ടാണി, വേവിച്ച കാരറ്റ്–ഞാൻ ഭക്ഷണത്തിൽ എന്റെ വേദന നഷ്ടപ്പെടുത്താൻ യത്നിക്കുന്നു. പക്ഷേ, ഏറെ നേരത്തേക്കു പറ്റുന്നില്ല.

സ്നേഹയുടെ ആരോഗ്യവും കെട്ടുകെട്ടുവന്നു. അവരുടെ ആസ്ത്മാ ആക്രമം മിക്കവാറും നിരന്തരമായിത്തീർന്നു. സ്വകാര്യവൈദ്യന്റെ സേവനം നിഷേധിക്കപ്പെട്ട്, ഫലപ്രദമായ പക്ഷേ, മാരകമായ കോർട്ടിസോൺ കൊണ്ടായി അവർക്കു ചികിത്സ. വർധിച്ചുവരുന്ന ക്ഷീണവും നെഞ്ചത്ത് ഇടതുവശത്തായി വേദനയും മോഹാലസ്യങ്ങളും തന്റെ ഡയറിയിൽ അവർ രേഖപ്പെടുത്തുന്നു. രണ്ടു തവണ ഗുരുതരമായ മൂർച്ഛ അവർക്കുണ്ടായിരുന്നു. ഇന്നു പിന്തി

രിഞ്ഞുനോക്കുമ്പോഴും അവരുടെ ഡയറിപ്രകാരവും അവ ഹൃദയാഘാതങ്ങളായിത്തോന്നുന്നു.

അവസാനം അവരുടെ നില ഗൗരവാവഹമാണെന്നത് അനിഷേധ്യമായി. ആദ്യം ജയിലധികൃതർ പറഞ്ഞു, അവരെ ഒരു നഴ്സിങ് ഹോമിലേക്കു മാറ്റാമെന്ന്. എന്നാൽ അവരുടെ മരണം എന്ന സാധ്യത ശക്തിപ്പെട്ടപ്പോൾ ഒരു പുതിയ തീരുമാനം കൈക്കൊണ്ടു സ്നേഹയെ പരോളിൽ വീട്ടിലേക്കു തിരിച്ചയച്ചു.

കൊണ്ടുപോവാനായി കുടുംബം എത്തിയപ്പോൾ അവർ പോകാൻ വിസമ്മതിച്ചു. താൻ നിരപരാധിയാണല്ലോ അതിനാൽ തന്നെ മോചിപ്പിക്കണം. പരോളിൽ വിട്ടാൽ പോരാ എന്നായിരുന്നു അവരുടെ ആവശ്യം. അവരെ കാർന്നുതിന്നുകൊണ്ടിരുന്ന ആ സാഹചര്യത്തിൽനിന്നകന്നുനിൽക്കാൻ വീട്ടുകാർ വിഷമിച്ചുകൊണ്ടാണെങ്കിലും പ്രേരണ ചെലുത്തി.

വിമോചിപ്പിച്ചിട്ടോ പരോളിൽ വിട്ടിട്ടോ- വല്ലവിധത്തിലും അവരെ ഒരു ഡോക്ടറുടെ അടുത്തേക്കു മാറ്റാൻ കുടുംബം കുറെ നാളായി അധികൃതരെ സമീപിച്ചുകാണ്ടിരിക്കയായിരുന്നു. ഒടുക്കം തങ്ങ

ളുടെ യത്നംഫലിച്ചതായി അവർ വിശ്വസിച്ചു. സ്നേഹയുടെ രോഗചരിത്രം വെളിപ്പെടുത്തിയിരുന്നില്ല. അവർ എത്രത്തോളം അവശയായിരുന്നു എന്നോ അവരുടെ ഹൃദയത്തിന് ആഘാതമേറ്റിരുന്നു എന്നോ ഒന്നും ആരും കുടുംബത്തെ അറിയിച്ചിരുന്നില്ല. സ്വന്തം ദുരിതങ്ങളെക്കുറിച്ച് സ്നേഹയും ദുർലഭമായേ സംസാരിച്ചുള്ളു.

കുടുംബത്തു മടങ്ങിയെത്തിയ മധുരനിമിഷങ്ങളെ തന്റെ പേടിസ്വപ്നത്തെക്കുറിച്ചുള്ള ഓർമകൾകൊണ്ടു മലിനമാക്കാൻ അവരാഗ്രഹിച്ചില്ല. തനിക്കു കടുത്ത ആസ്ത്മാ ആക്രമണങ്ങൾ നേരിട്ടുകൊണ്ടിരുന്ന ജയിലിലെ ആ ഏകാന്തദിനങ്ങളിലേയും സുദീർഘരാത്രികളിലെ ഭീതിയേയും ഉൽക്കണ്ഠയേയും പറ്റി സംസാരിക്കാൻ അവർ സന്നദ്ധയായില്ല. അവരെ അസ്വസ്ഥയാക്കിയിരുന്നത്, താൻ വിട്ടുപോന്ന പെൺതടവുകാരുണ്ടല്ലോ, ഭൂരിപക്ഷവും വേശ്യമാർ, അവരുടെ സ്ഥിതിയായിരുന്നു. ജയിലിൽ സ്നേഹ അവരെ പാട്ടുകളും കളികളും പഠിപ്പിച്ചിരുന്നു. അവരുടെ വിശ്വാസം പങ്കിട്ടിരുന്നു, അവരുടെ നില മെച്ചപ്പെടുത്താൻ ജയിലധികൃതരുമായി സമരം നടത്തിയിരുന്നു. തന്റെ കാര്യം സ്നേഹ മിണ്ടുകയേ

ഇല്ല; പിന്നെയോ, അപ്പോഴും ജയിലിൽ കഴിയുന്ന ആ പാവങ്ങളെ സഹായിക്കാൻ എന്തു ചെയ്യാൻ കഴിയും എന്ന് എപ്പോഴും ആരാഞ്ഞു. അവരുടെ സ്വന്തം പേക്കിനാവുതന്നെ അപ്പോഴും ഒടുങ്ങിയിരുന്നില്ല. ഏതാനും നാളത്തേക്ക് സ്വാതന്ത്ര്യവും വീട്ടിലെ മാധുര്യവും അവർ ആസ്വദിച്ചു. പക്ഷേ അപ്പോഴും ഒരു മാസത്തെ പരോളിൽ മാത്രമായിരുന്നല്ലോ അവർ. ദിവസങ്ങൾ പാഞ്ഞുപോവുകയുമാണ്. അപേക്ഷകൾക്കു പ്രതികരണമൊന്നുമില്ല, അന്വേഷണങ്ങൾക്കു പ്രത്യുത്തരവും. പതുക്കെ ഒരിക്കൽക്കൂടി ജയിലിലേക്കുള്ള മടക്കത്തിന് സ്നേഹ ഒരുക്കം കൂട്ടവേ, വിഷാദം പുനഃസ്ഥാപിതമായി. പ്രേതാവിഷ്ടയായാലത്തെ ആ ഭാവം അവരിൽ വീണ്ടും പ്രത്യക്ഷപ്പെട്ടു. വേദനയും സങ്കടവും ആ മിഴികളെ ഒരിക്കലും വെടിയാതായി.

ശിക്ഷ ഇളവുചെയ്തതിന്റെ ഉത്തരവ് ഒടുക്കത്തെ ദിവസം എത്തിച്ചേർന്നു. അപ്പോൾ മാത്രം വിട്ടയയ്ക്കപ്പെട്ട, കൂട്ടാളിയായ ഒരു മിസത്തടവുകാരൻ അവിടെയെത്തി, സ്നേഹയുടെതന്നെ വിമോചനം അവരെ അറിയിക്കാൻ.

മാസങ്ങൾക്കുശേഷം നടാടെ സ്നേഹ തികച്ചും സ്വതന്ത്രയായിരിക്കുന്നു. തന്റെ സ്വാതന്ത്ര്യത്തിന്റെ ഓരോ മാത്രയും താൻ ചെയ്യാൻ കൊതിച്ച സംഗതികൾക്കായി അവർ ചെലവഴിച്ചു. സ്നേഹയുടെ ആവേശ പൂർവകമായ ആഹ്ലാദം കുടുംബം സന്തോഷപൂർവം നോക്കിക്കണ്ടു. സ്നേഹ ഒരു ഹൃദ്രോഗിയായിത്തീർന്നിരുന്നുവെന്നും ചില നിയന്ത്രണങ്ങൾ ചെലുത്തേണ്ടതുണ്ടായിരുന്നുവെന്നും ഒരാളും ധരിച്ചില്ല. വിമുക്തയായി അഞ്ചുദിവസം കഴിഞ്ഞപ്പോൾ, അവർക്കു കഠിനമായ ഒരു ഹൃദയാഘാതമുണ്ടായി.

1977 ജനുവരി 20–ാം തീയതി സ്നേഹ അന്തരിച്ചു.

അനുബന്ധം

1

പരോളിൽ വിട്ടയയ്ക്കപ്പെട്ടതിനെത്തുടർന്ന്, താൻ പിന്നിട്ടുപോന്ന സി ക്ലാസ് പെൺ തടവുകാരെക്കുറിച്ച് സ്നേഹയിൽ ഉൽക്കണ്ഠ തുളുമ്പിനിന്നു. കാണുന്നവരോടൊക്കെ തനിക്കു ജയിലിൽ ലഭിച്ച പെരുമാറ്റത്തെക്കുറിച്ച് എന്നതിലേറെ ഈ പാവങ്ങളെ കുറിച്ച് സംസാരിക്കുയായിരുന്നു സ്നേഹയുടെ പതിവ്. ഈ ഭാഗ്യംകെട്ട സ്ത്രീകളെപ്പറ്റി എന്തോ ചിലതു പ്രസിദ്ധപ്പെടുത്താൻ സ്നേഹ ഉദ്ദേശിച്ചിരുന്നു. പക്ഷേ, അതു ചെയ്യാനാവും മുമ്പ് അവർ അന്തരിച്ചുപോയി. ജയിലിൽ തന്റെ സഹജീവികളെ സംബന്ധിച്ച് അവരെഴുതിയതു വെറും ചില രൂപരേഖകൾ മാത്രമായിരുന്നു. എന്നാലും സെൻട്രൽ ജയിലിലെ അവരുടെ ജീവിതത്തിന്റെ ചില പാർശ്വവീക്ഷണങ്ങൾ അതു നമുക്കു നൽകുന്നു. താഴെ കൊടുക്കുന്നത് അവരെഴുതിയതിൽനിന്നു തെരഞ്ഞെടുത്ത ഏതാനും ഭാഗങ്ങളാണ്.

1. തീയതിയില്ല

സഹതാപാർഹകളായ ഈ പെൺകിടാങ്ങളുണ്ടല്ലോ,

തങ്ങളെ ഉപയോഗപ്പെടുത്തുന്ന ആണുങ്ങളിൽനിന്നു മാത്രമല്ല പൊലീസിൽനിന്നും നിയമത്തിൽനിന്നും തങ്ങളെ പേടിപ്പെടുത്തുകയും വിചാരണനടത്തുകയും ശിക്ഷിക്കുകയും ചെയ്യുന്ന വ്യക്തികളിൽ നിന്നും എല്ലാം എളുപ്പം ഭീഷണിക്ക് അടിപ്പെടുന്ന അജ്ഞാതകളായ ഇവരുടെ കഥ കേൾക്കുമ്പോൾ എം എസിനോടും എന്നോടും കാണിച്ച അനീതിയിലുള്ള എന്റെ വെറുപ്പും വിദ്വേഷവും സങ്കടവുമൊക്കെ ഒരു വശത്തേക്കൊതുങ്ങുന്നു. അത്രയ്ക്കും ഹൃദയഭേദകമാംവണ്ണം ദാരുണമാണിത്.

2. തീയതിയില്ല

നൂർജഹാൻ. 21 വയസ്സ് പ്രായം. നാലു വയസായ ഒരു കുട്ടിയുണ്ട്. തന്റെ കൊച്ചുമകളോടും 12 വയസായ അനുജനോടുംകൂടി സിനിമ കണ്ടു. പൊലീസ് അവളോട് സ്റ്റേഷനിലേക്ക് ചെല്ലാൻ കൽപ്പിച്ചു. എന്തിന് എന്നു ചോദിച്ച് അവൾ വിസമ്മതിച്ചു. നീ ആളുകളെ വിളിക്കുന്നതു കണ്ടു എന്നായി അവർ. നുണ എന്നു അവൾ പറഞ്ഞു. അവർ അവളെ വാനിലേക്കു പിടിച്ചിട്ടു. 150ക ചോദിച്ചു. തന്റെ കൈയിൽ വെറും 25ക.യേ ഉള്ളൂ എന്നവൾ ഉണർത്തിച്ചു. എന്നാൽ ശരി, കോടതിയിലേക്ക് പൊയ്ക്കോ എന്നും പറഞ്ഞു അവളുടെ പേരിൽ കേസെടുത്തു. ഒരിക്കൽ ഇവിടെ വന്നാൽമതി അവർ മുദ്രകുത്തപ്പെട്ട മട്ടായി. പിന്നെ അവർ നടക്കാനോ സിനിമയ്ക്കോ വേറെ എവിടെ പോയാലും ശരി, കുടുങ്ങിയതുതന്നെ.

3. സുലേഖ, 24 വയസ്സ്. അമ്മയും വീണ്ടും വിവാഹിതനായ അച്ഛനുമുണ്ട്. അയാൾ അവളെ തല്ലുന്നു. കഷ്ടപ്പെടുത്തുന്നു. അവളുടെ ഇളയമ്മ ക്രൂരയാണ്. അങ്ങനെ അവൾ ബാംഗ്ലൂർക്ക് ഓടിപ്പോന്നു. അവളെ വെച്ചുകൊണ്ടിരിക്കാൻ ഒരാളെ കണ്ടെത്തി. അസന്തുഷ്ടയായ അവളുടെ അമ്മയും ഒപ്പം എത്തിക്കൂടി. ആ അമ്മ രോഗിണിയാണ്, ജോലി ചെയ്യാൻ വയ്യ. അതിനാൽ കഴിഞ്ഞ ഏഴു കൊല്ലമായി അവളോടൊപ്പം കഴിയുകയാണ്. അവൾ ആളുകളെ ക്ഷണിക്കുന്നു. എന്നിട്ട് തനിക്കും അമ്മയ്ക്കും വേണ്ട കാശുണ്ടാക്കുന്നു. അതിനിടെ പിടിക്കപ്പെട്ടു. രാജാജി നഗർ പൊലീസ്റ്റേഷനിൽ കൊണ്ടുചെന്ന് അവളെ അടിച്ചു, അവളോടു കാശുചോദിച്ചു. കൈയിൽ കാശൊന്നുമില്ലാത്തതിനാൽ അവരവളെ ജയിലിലിട്ടു. അവൾ ഒരു മാസക്കാലമായി ഇവിടെയാണ്.

കുറിപ്പ്:– 'സർപ്പക്കുഴി'യിൽ ഇനിയും പല അന്തേവാസികളുമുണ്ടായിരുന്നു. അവരോടൊക്കെ സ്നേഹ സൗഹൃദത്തിലായി. വ്യഭിചാരിണിമാർ, കൊലപാതകികൾ, കുറ്റവാളികൾ എന്നു പറയപ്പെടുന്ന മറ്റുള്ളവരും–അവരുടെയൊന്നും കഥകൾ നമ്മെപ്പോലുള്ളവർ ഒരിക്കലും കേൾക്കുകയുണ്ടാവില്ല. ജയിലിനകത്ത് അവരുടെ നിലയെക്കുറിച്ചു സ്നേഹ ഇങ്ങനെ വിവരിക്കുന്നു:

4. ബാംഗ്ലൂർ സെൻട്രൽ ജയിലിൽ സ്ത്രീകളോടു മനുഷ്യത്വഹീനമായി പെരുമാറുന്നു. ആണുങ്ങൾക്കാണ് സെൻട്രൽ ജയിലിൽ മുൻഗണന. സ്ത്രീകൾക്കെതിരെ വിവേചനം കാണിക്കയും ചെയ്യുന്നു.

a) എല്ലാ സ്ത്രീത്തടവുകാരും എപ്പോഴും–ഭക്ഷണത്തിനുള്ള ഇടവേളകളിലൊഴികെ–ദിവസം മുഴുവൻ റാഗിയും അരിയും വെടിപ്പാക്കിക്കൊള്ളണം എന്നു നിർബന്ധമാണ്. ശേഷിപ്പുള്ള സമയം അവരെക്കൊണ്ടു ചുമടെടുപ്പിക്കുന്നു, മുറികൾ കഴുകിക്കയും അടിച്ചുവാരിക്കയും ചെയ്യുന്നു.

b) അനാരോഗ്യകരമാണു ഭക്ഷണം, വൈവിധ്യമെന്ന ഒരേർപ്പാടേ ഇല്ലതാനും. നൂറു ശതമാനവും സ്റ്റാർച്ചു മാത്രമാണ് അവരുടെ ആഹാരം–പ്രോട്ടീൻസില്ല, മിനറൽസില്ല, പഴങ്ങളോ പച്ചക്കറികളോ ഇല്ല. മധുരപലഹാരത്തിന്റെ കഥ പറയുകയേ വേണ്ട. ചായയില്ല, കാപ്പിയില്ല. കഞ്ഞി മാത്രം. കഞ്ഞി കൊള്ളാം; പക്ഷേ വീണ്ടും വെറും സ്റ്റാർച്ചാണ് എന്നു മാത്രം.

c) ചില നിശ്ചിത മണിക്കൂറുകൾക്കിടയ്ക്കേ സ്ത്രീകൾക്കു കുടിക്കാനും കുളിക്കാനും മറ്റും വെള്ളം കിട്ടൂ: എന്തുകൊണ്ട് ഈ ജയിലിൽ ടാപ്പുകൾ വെച്ചുകൊടുക്കുന്നില്ല? ബാംഗ്ലൂർ നഗരത്തിൽ വെള്ളത്തിനു ക്ഷാമമൊന്നുമില്ലല്ലോ, ഉവ്വേ? അതുമല്ല, അവർക്കു കുടിക്കാനും കുളിക്കാനും കൊടുക്കുന്നതു കിണറുവെള്ളമാണുതാനും. ഇതു നിമിത്തം

എനിക്കൊരു ചൊറി പിടിച്ചിരിക്കുന്നു.

d) പെൺതടവുകാരെ ഈ നരകത്തിൽ നിന്നു ഒന്നു പുറത്തുകടക്കാൻ അനുവദിക്കാറേയില്ല. ഇവിടെയാണെങ്കിലോ ഒന്നുമില്ല–ഒറ്റമരമോ ഒരു പുൽത്തലപ്പോ ഒന്നും. അവരെ വളപ്പിലോ തോട്ടം വല്ലതുമുണ്ടെങ്കിൽ അവിടെയോ ഒന്നു നടക്കാൻ അനുവദിക്കാത്തതെന്താ? ഈ ഇരുപതാം നൂറ്റാണ്ടിൽപോലും പുരുഷന്മാരോടുള്ളതിലും വഷളായി സ്ത്രീകളോടു പെരുമാറണോ? അവരും എന്താ മനുഷ്യജീവികളല്ലേ?

e) ഒരു വിനോദപരിപാടികളുമില്ല. ഒറ്റചലച്ചിത്രവും കാണിക്കാറില്ല. ഒരു സംഗീതസദസോ ഒരു ശിൽപ്പവേലയോ വല്ല ഭാഷാപഠനമോ–ഒന്നുമില്ല. മൃഗങ്ങളോടെന്നോണമാണ് അവരോടു പെരുമാറ്റം; നിശ്ചിതസമയത്തു പുറത്തു തെളിച്ചിറക്കുകയും അകത്ത് ആട്ടി കയറ്റുകയും. 'പുറം'എന്നു പറയുന്നത് അവരുടെ ജയിലിനു മുന്നിൽ കഷ്ടിച്ചു പത്തടി വീതിയുള്ള ഇടുങ്ങിയ ഒരു സിമൻറുമുറ്റമാണ് അത്രമാത്രം.

ഒരു സ്ത്രീ അകത്തെത്തുന്നതോടെ മറ്റെല്ലാവരുടേയും മുന്നിൽ വെച്ചുതന്നെ അവളെ തുണിയുരിച്ചു നഗ്നയാക്കുന്നു. ശിക്ഷ വിധിച്ചാൽത്തന്നെ മതി, ആണാവാട്ടെ പെണ്ണാവട്ടെ, ഏതു മനുഷ്യജീവിക്കും, കണക്കിനു കിട്ടിക്കഴിഞ്ഞു. പിന്നെ മനുഷ്യശരീരത്തെ ഇങ്ങനെ അപമാനിക്കുന്നതെന്തിനാണ്? ആരാണ് ഈ തലതിരിഞ്ഞ ഏർപ്പാടുകൾക്ക് ഉത്തരവാദി?

ബുദ്ധിശാലികളായ ജയിൽസൂപ്രണ്ടുമാരും ഐ ജി മാരു മൊക്കെ സ്ഥിതിഗതികൾ മെച്ചപ്പെടുത്തിക്കൊണ്ടിരിക്കണ്ടേ? ലോകത്തു ജനിക്കുന്ന ഓരോ ജീവിയുടേയും ഉദ്ദേശ്യമെന്ത്? പൂർണതയ്ക്കുനേരെ മനുഷ്യവർഗത്തെ അൽപ്പം കൂടി ഉദ്ധ രിക്കുക എന്നതല്ലേ? ഒരു മനുഷ്യജീവി പിറക്കുന്നത് ഏതു ജീവിതമേഖലയിലാവട്ടെ, മാനുഷികവികാരങ്ങളുടെയും വിചാരങ്ങളുടെയും നിലവാരം ആവുന്നവിധത്തിലെല്ലാം ഉയർത്തുക എന്നതാകുന്നു അയാളുടെ ലക്ഷ്യം.

ജൂൺ 9,1976

ഞാനെങ്കിലും ഇവിടെ ചിലതു നേടിയിട്ടുണ്ട്. പെൺത ടവുകാർക്കു കിട്ടാറുണ്ടായിരുന്ന ഭീകര പ്രഹരം ഞാൻ നിർത്തിച്ചു. അവർക്കുള്ള ഭക്ഷണവും അൽപ്പം മെച്ചപ്പെട്ടി ട്ടുണ്ട്. ജലവിതരണമെന്നത് ഉദ്വേഗജനകമാണ്; എന്നാലും പൈപ്പുകൾ ഘടിപ്പിച്ചുകൊള്ളാം എന്ന വാഗ്ദാനമുണ്ട്. അതാവട്ടെ ചില്ലറക്കാര്യമല്ലതാനും. എല്ലാറ്റിനും ഉപരിയായി ഞാനവരെ നേരിയ തോതിലെങ്കിലും നിർഭരിതരാക്കിയിട്ടു മുണ്ട്.

ഇപ്പോൾ പാതി സമയം മാത്രമേ അവർ അരിയും റാഗിയും വെടിപ്പാക്കേണ്ടൂ. ചില കളികളിൽ പങ്കെടുക്കാൻ ഞാനവരെ പ്രേരിപ്പിച്ചിട്ടുണ്ട്– അതിനാൽ അപരാഹ്നങ്ങളിൽ അവർ സ്വതന്ത്രകളാണ്. ഏറെ നേരം കളിക്കയും ചെയ്യും.

ഞാൻ ഒമ്പതു ദിവസത്തോളം ഒരു നിരാഹാരസത്യഗ്രഹമനുഷ്ഠിച്ചു– തടവുകാർക്കുള്ള (സ്ത്രീകൾ) ഭക്ഷണം അൽപ്പം മെച്ചപ്പെടുവോളം.

കുറിപ്പ്;–

സ്നേഹ എഴുത്തും വായനയും പഠിപ്പിക്കാൻ യത്നിച്ച പെൺതടവുകാർക്കുവേണ്ടി നാടകമത്സരങ്ങളും അവർ നടത്തി. അവർ പോരാടിയ ഒരു പ്രശ്നം പ്രത്യേകം പ്രസ്താവ്യമാണ്: തടവുകാർക്കിടയിൽ ഗർഭിണിയായ ഒരു സ്ത്രീയുണ്ടായിരുന്നു; അവരെ സമയത്തു ആശുപത്രിയിലാക്കാൻ സ്നേഹ അധികൃതരോടാവശ്യപ്പെട്ടു. എന്നാൽ ആശുപത്രിയിലാക്കാൻ അപ്പോഴും സമയമായിട്ടില്ല എന്നതായിരുന്നു ജയിലധികൃതരുടെ നിലപാട്. ജയിലിൽവെച്ചുതന്നെ ആ സ്ത്രീ പ്രസവിച്ചു. അതൊരു കുഴപ്പംപിടിച്ച പ്രസവമായിരുന്നതിനാൽ മിക്കവാറും മരണത്തിന്റെ വക്കോളം രക്തംവാർന്നുപോകയും ചെയ്തു. സ്നേഹ പിന്നേയും അധികൃതരോടപേക്ഷിച്ചു; ഒടുക്കം അമ്മയും കുഞ്ഞും ആസ്പത്രിയിലേക്കു നീക്കപ്പെടുകയും ചെയ്തു. അവർ മടങ്ങിയെത്തിയപ്പോൾ സ്നേഹയ്ക്കു വീണ്ടും പടവെട്ടേണ്ടതായുണ്ടായിരുന്നു. ആ അമ്മയേയും കുഞ്ഞിനേയും പ്രത്യേകമൊരു മുറിയിൽ പാർപ്പിക്കാൻ വേണ്ടി; പകർച്ചവ്യാ

ധികൾ പിടിച്ച സ്ത്രീകളോടൊപ്പം ഒരേ മുറിയിൽ ആ പുതുതായി പിറന്ന കുഞ്ഞിനു പുലരേണ്ടിവരരുതല്ലോ. അതിനുവേണ്ടി സ്വന്തം പണംകൊണ്ടു പാൽപ്പൊടി വാങ്ങി സ്നേഹ കുഞ്ഞിനുകൊടുത്തു. പക്ഷേ, അതു വാർഡർ തട്ടിയെടുത്തു: 'ഇത്തരം ആളുകൾക്കു ഇങ്ങ നത്തെ നല്ല സാധനമൊന്നും വേണ്ടപോലും' താൻ ഏതെങ്കിലും തടവുകാരിയുടെ പ്രശ്നം ഉന്നയിക്കയൊ ണെന്നിരിക്കട്ടെ, തനിക്കൊരു പാഠം എന്ന നിലയ്ക്ക് വഴിയേ ആ തടവുകാരിയോടുള്ള പെരുമാറ്റം കൂടുതൽ ക്രൂരമായിക്കൊണ്ടിരുന്നു എന്നു സ്നേഹ ക്ഷണം മന സിലാക്കി.

വാർഡറാണ് ജയിലിലെ പരമാധികാരി. പെൺതട വുകാരെ, പ്രത്യേകിച്ചും തനിക്കു പഥ്യമല്ലത്താവരെ, വാർഡർ കിടിലംകൊള്ളിക്കുന്നു. തടവുകാരോടുള്ള വാർഡറുടെ പെരുമാറ്റം സംബന്ധിച്ചു ഒരന്വേഷണം നട ത്തിക്കിട്ടാൻ സ്നേഹ ശ്രമിച്ചു. ഫലങ്ങൾ അവരുടെ സ്വന്തം വാക്കുകളിൽതന്നെ നമുക്കു കേൾക്കാം...

സെപ്തംബർ 7, 1976. സോഫിയ (ഹെഡ്‌വാർഡർ) തിരി ച്ചെത്തി. രസമുള്ള സ്ത്രീ. മറ്റു വാർഡർമാരോടു നന്നായി പെരുമാറണം എന്നില്ലതന്നെ അവർക്ക്.

സെപ്തംബർ 8, 1976 സോഫിയ വിചിത്രമായി പെരുമാ

റുകയാണ്... ദൈവമേ! എന്തിനാണ് അവർ ആറിന്റെ(ആർ എന്ന തടവുകാരിയെ ഉദ്ദേശിച്ച്)നേരെ അലറുന്നത്? അവളോടു മുറിയിൽ കടക്കാൻ പാടില്ലെന്നാണു പറയുന്നത്–എല്ലാ പെൺകിടാങ്ങളുടേയും നേരെ വിളിച്ചുകൂവുന്നു. ശരിക്കും ഈ സ്ത്രീക്കു ഭ്രാന്താണോ? രണ്ടു പെൺകിടാങ്ങൾ കരഞ്ഞുകൊണ്ടു എന്റടുത്തേക്കു വന്നു. ഞാൻ ഈ സ്ത്രീയെക്കൊണ്ട് എന്തുചെയ്യാനാണ്? അവരോടു സംസാരിക്കാൻ ഞാൻ ദേശായിക്കെഴുതാം– അതാവും നല്ലത്. അവരിപ്പോൾ അവരുടെ തനിനിറം കാട്ടുകയാണ്. അവരെന്തിനിങ്ങനെ നീതികെട്ടവളും പകപോക്കുന്നവളുമാവുന്നു? ദേശായിക്കു കത്തെഴുതി...

സെപ്തംബർ 9, 1976 രാവിലെ മുതൽ രാത്രി വരെ വിളിച്ചുകൂവൽ–ഭീഷണിപ്പെടുത്തി. രണ്ടു പെൺകിടാങ്ങളെ മർദിച്ചു–ഒരുത്തിയുടെ തല ചുമരിലിടിച്ചുകൊണ്ടും. മറ്റവളെ വടികൊണ്ടു തലയ്ക്കടിച്ചുകൊണ്ടും. ആ പെൺകുട്ടികൾക്ക് ഉടലാകെ വീങ്ങിയിരുന്നു. ആ സ്ത്രീക്ക് എന്തുപറ്റി–എല്ലാവരേയും പേടിപ്പെടുത്തുന്നു. എല്ലാവരേയും പരിശോധിക്കുന്നു; അവളുടെ പഥ്യക്കാരെ ഒഴികെ.

സെപ്തംബർ 10, 1976 പെൺകിടാങ്ങളെല്ലാം വിങ്ങിപ്പേടിച്ചിരിപ്പാണ്. ദേശായിക്ക് എന്താണ് കുഴപ്പം? അദ്ദേഹം ഇനിയും എത്തിയിട്ടില്ല. ഞാൻ പരാതിപ്പെട്ടിട്ടു ദിവസം രണ്ടായല്ലോ.

സെപ്തംബർ 10, 1976

പ്രിയപ്പെട്ട ശ്രീ ദേശായ്.

ഇന്നലെ ഉച്ചതിരിഞ്ഞു താങ്കൾ ഞങ്ങളുടെ തടവറ സന്ദർശിച്ചതായി കേട്ടു. താങ്കൾ എന്തുകൊണ്ട് എന്നെ വിളിച്ചില്ല–എനിക്കു വല്ലാത്ത അത്ഭുതവും അമ്പരപ്പും തോന്നുന്നു!

അന്വേഷണം നടത്താനാണ് താങ്കൾ വന്നതെന്ന് ഞാൻ വിശ്വസിക്കുന്നു. എനിക്കറിയാം ഞാൻ തികച്ചും ഒരു പഴയ മട്ടുകാരിയായിരിക്കണം. എന്റെ വിചാരം; അന്വേഷണങ്ങൾ നടത്തുക മറ്റൊരു വിധത്തിലാവും എന്നായിരുന്നു. പീഡിപ്പിക്കപ്പെട്ടവരെ പീഡിപ്പിച്ചവന്റെ മുന്നിൽത്തന്നെ വെച്ചു ചോദ്യം ചെയ്യുക എന്നതു ഞാൻ കേട്ടിട്ടേയില്ല! ഈ സമ്പ്രദായങ്ങൾ പ്രായേണ നവീനമായിരിക്കാം–ഒരുപക്ഷേ ഡൽഹി നേടിയെടുത്തതും, താങ്കൾ താങ്കളുടെ ഇയ്യടത്തെ പരിശീലനത്തിൽ ഉൾക്കൊണ്ടതുമായ ഒന്ന്. ഇന്നലത്തേത് ഒരു യഥാർഥ അന്വേഷണമായിരുന്നെന്നുംവരട്ടെ, എങ്കിൽ താങ്കൾ വളരെ നല്ലൊരു 'നടനാണ്' ഞാൻ താങ്കളെ എന്റെ ഭർത്താവിനു ശുപാർശചെയ്യണം. ഇന്നലെ നടന്നത് ഒരു 'മോക്ക്എൻക്വയറി'യത്രെ. എന്തുകൊണ്ട്

ആ പെൺകിടാങ്ങളോട് ഒറ്റയ്ക്കൊറ്റയ്ക്കു ചോദിച്ചില്ല–എന്നാൽ അവരുടെ മനസിൽ നിന്നു ഭയം അകറ്റാമായിരുന്നു. എനിക്കുറപ്പുണ്ട്. കാര്യങ്ങൾ എങ്ങനെയിരിക്കുന്നു എന്നു കാണാനാവും താങ്കളുടെ ആദ്യത്തെ വരവ്. ഇന്നലെയാവട്ടെ, കാര്യങ്ങൾ നഗ്നരൂപത്തിലായിരുന്നില്ല. ഏതായാലും നീതി ചെയ്യണമെന്നുണ്ട് താങ്കൾക്ക്. ചെയ്യുംതാനും ഇല്ലേ?...ക്രൂരമായ പ്രഹരത്തെക്കുറിച്ചു ഞാൻ ആവലാതിപ്പെട്ടിട്ടുണ്ട്. അതിനെപ്പറ്റി അടിയന്തരമായി അന്വേഷണം നടത്തണം.. രണ്ടു ദിവസം കഴിഞ്ഞിട്ടു പോരാ, അതും ഇങ്ങനെയൊരു മട്ടിലും.

ശുഭാശംസകളോടെ,
ആത്മാർഥമായും താങ്കളുടെ
മിസിസ് സ്നേഹലതാറെഡ്ഡി.

അനുബന്ധം

2

നല്ല പെരുമാറ്റം

സർ,

ജയചന്ദ്രന്റെ കത്തിനോട്(ഫെബ്രുവരി 5) ബന്ധപ്പെടുത്തിക്കൊണ്ട്, ബാംഗ്ലൂർ സെൻട്രൽ ജയിലിലായിരുന്നപ്പോൾ സ്നേഹലതാറെഡ്ഡിക്കും അതുപോലെ മിസയ്ക്കു കീഴിലുള്ള മറ്റു തടവുകാർക്കും നൽകിയിരുന്ന സജ്ജീകരണങ്ങളും പെരുമാറ്റവും വിശദീകരിക്കാൻ ഞാനാഗ്രഹിക്കുന്നു.

1976 മെയ് 7-ാം തീയതിമുതൽ ശ്രീമതി റെഡ്ഡി തടവിൽ പാർപ്പിക്കപ്പെട്ടു. കുട്ടിക്കാലംതൊട്ടേ അവർ ആസ്ത്മാ പ്രകൃതക്കാരിയായിരുന്നു. തടവിലാക്കപ്പെട്ടതിനുശേഷം ആദ്യമായി മെയ് 18-ാം തീയതി വിക്ടോറിയാ ആശുപത്രിയിൽ നിന്നുള്ള ഒരു ഫിസിഷ്യൻ അവരെ കണ്ടു, അവരുടെ രോഗത്തിനു ചികിത്സ നിർദേശിക്കയും ചെയ്തു. തുടർന്ന് 1976 മെയ് 20, 26 ജൂൺ 18 എന്നീ തീയതികളിൽ വിക്ടോറിയാ ആശുപത്രിയിൽനിന്നുള്ള സ്പെഷ്യലിസ്റ്റുകൾ അവരെ ചികിത്സിച്ചു. 1976 ഒക്ടോബർ 8-ാം തീയതി മുതൽ അവർ സ്വയം കുടുംബഡോക്ടരുടെ

ചികിത്സയിലായിരുന്നു. കുടുംബഡോക്ടർ നിർദേശിക്കുന്ന മരുന്നുകൾ സർക്കാർ വാങ്ങിക്കൊടുത്തു. 1976 ഡിസംബർ 14 മുതൽ അവർ പരോളിലായിരുന്നു; 1977 ജനുവരി 13–ാം തീയതി അവരുടെ തടവുശിക്ഷ പിൻവലിക്കയും ചെയ്തു. കുളിമുറി –കക്കൂസ് സൗകര്യങ്ങൾ കൂടെയുള്ള ഒരു 15 X20 മുറിയിലായിരുന്നു ജയിലിൽ താമസിച്ചകാലമത്രയും അവരുടെ താവളം. താമസക്കാലം മുഴുവനും അവർക്കു വീട്ടിൽ നിന്നു ഭക്ഷണം കിട്ടിക്കൊണ്ടിരുന്നു. കൂടാതെ, വൈദ്യമേധാവികൾ നിർദേശിച്ചിരുന്ന പ്രകാരം, പാല്, റൊട്ടി, പഞ്ചസാര, കോഴിയിറച്ചി, മുട്ട– എല്ലാം ജയിലധികൃതർ കൊടുത്തുകൊണ്ടും ഇരുന്നു. ആശുപത്രിയിലെ ചികിത്സയ്ക്കുപുറമെ, ജയിലിലെ മെഡിക്കൽ ഉദ്യോഗസ്ഥരും ജില്ലാ സർജനും അവരെ പതിവായി പരിശോധിച്ചിരുന്നു.

മറ്റു കുറ്റവാളികൾക്കു ബാധകമായ അതേ ജയിൽവ്യവസ്ഥകൾക്കു മിസ തടവുകാരെ വിധേയമാക്കാറില്ല. ഭക്ഷണം, വസ്ത്രം മുതലായതു സംബന്ധിച്ച് പ്രത്യേക സൗകര്യങ്ങൾ അനുവദിക്കുന്നവയത്രെ രാഷ്ട്രീയത്തടവുകാർക്കുള്ള ബന്ധനനിയമങ്ങൾ. അവർക്കു സ്വയം ഭക്ഷണമുണ്ടാക്കാം, വീടുകളിൽനിന്നു ഭക്ഷണം കിട്ടാനുള്ള സൗകര്യം അനുവദിക്കപ്പെടുന്നു. മറ്റു കുറ്റവാളികളുടെ നില ഇതല്ല. കുറ്റവാളികളെ അധ്വാനത്തിനു നിയോഗിക്കാറുണ്ട്, രാഷ്ട്രീയത്തടവുകാരെയാവട്ടെ, അതില്ലതാനും, കത്തെഴുതിയ ആൾക്ക് ഈ വക വസ്തുതകളറിഞ്ഞുകൂടെന്നു സ്പഷ്ടമാണ്.

നമ്മുടെ സംസ്ഥാനത്തെ ജയിലുകളിലെ സ്ഥിതിഗതികൾ കത്തിൽ സമർഥിക്കാൻ ശ്രമിച്ചിരിക്കുന്നവിധം മനുഷ്യത്വത്തിനു നിരക്കുന്നതല്ല. ഓരോ ജയിലിനുമുണ്ട് അനൗദ്യോഗിക സന്ദർശകരുടെ ഒരു സമിതി, ജയിൽ സന്ദർശിച്ച്, അവിടത്തെ അന്തേവാസികൾക്ക് ലഭിക്കുന്ന പെരുമാറ്റം സംബന്ധിച്ചു സ്വയം ബോധ്യപ്പെടുക എന്നതത്രെ ഈ സമിതിയുടെ ചുമതല. ജയിലുകൾക്കുവേണ്ടി സംസ്ഥാനതലത്തിൽ ഒരുപദേശകസമിതിയുമുണ്ട്. അത് ഈയിടെ കമ്മിറ്റി കൂടി ജയിൽഭരണത്തെപ്പറ്റി നിർദേശങ്ങൾ സമർപ്പിച്ചിരുന്നു. വിട്ടയയ്ക്കപ്പെട്ട തടവുകാരുടെ പുനരധിവാസത്തിനുവേണ്ടിയുള്ള നിരവധി പദ്ധതികൾ സംസ്ഥാനത്തിലെ പ്രൊബേഷൻ വകുപ്പിന്റെ സഹായത്തോടുകൂടി ഇപ്പോൾ പ്രവർത്തനത്തിലുണ്ട്

സി എസ് മല്ലയ്യ
ഇൻസ്പെക്ടർ ജനറൽ ഓഫ് പ്രിസൺസ്, ബാംഗ്ലൂർ
(*ഇന്ത്യൻ എക്സ്പ്രസ്സ്*
ഫെബ്രുവരി 11, 1977)

കെട്ട പെരുമാറ്റം

സാർ,

പരേതയായ ശ്രീമതി സ്നേഹലതാ റെഡ്ഡിയുടെ കാര്യത്തിൽ ഇൻസ്പെക്ടർ ഓഫ് പ്രിസൺസ് മിസ്റ്റർ മുല്ലയ്യ എഴുതിയ കത്തുണ്ടല്ലോ (*ഇന്ത്യൻ എക്സ്പ്രസ്സ്*, ഫെബ്രുവരി 11), അതുസംബന്ധിച്ചു താഴെകൊടുക്കുന്ന നിരീക്ഷണങ്ങൾ നട

ത്താൻ ഞങ്ങളാശിക്കുന്നു.

എഴുതിയയച്ചും വാക്കാലും ഐ ജി പി ക്ക് അനവധി നിവേദനങ്ങൾ ശ്രീമതി റെഡ്ഡി നടത്തിയിരുന്നതും , അദ്ദേഹത്തെക്കുറിച്ച് അവർ യഥാർത്ഥമായും സന്മനോഭാവം പുലർത്തിയിരുന്നത് ഞങ്ങൾ അറിയാനിടയായിട്ടുണ്ട്. അദ്ദേഹത്തിന്റെ അറിവിൽപ്പെടാതെ, ജയിൽമേധാവികളുടെ താൽപ്പര്യം പോലെ കഴിഞ്ഞിരുന്നതായി തോന്നിയ കാര്യവും അവർ കാണുകയും രേഖപ്പെടുത്തുകയും ചെയ്തിട്ടുണ്ട്. നിയമങ്ങളും വകുപ്പുകളും എന്തൊക്കെ അനുവദിക്കുന്നു, തന്റെ നിർദേശങ്ങൾ എത്രമാത്രം കരുണാമയവുമായിരിക്കുന്നു എന്നു മാത്രമേ നോക്കേണ്ടതുള്ളൂ എങ്കിൽ മല്ലയ്യ പറയുന്നത് പരമാർഥമായിരിക്കാം. പക്ഷേ, ശ്രീമതി റെഡ്ഡിയുടെയും അവരൊന്നിച്ചുള്ള മറ്റു തടവുകാരുടേയും കാര്യത്തിൽ, വസ്തുതകൾ ഇതിനു കടകവിരുദ്ധമത്രെ.

ശ്രീമതി റെഡ്ഡിക്ക് ഇടയ്ക്ക് ആസ്ത്മാ വരാറുണ്ടായിരുന്നു, വാസ്തവമാണ്. എങ്കിലും ജയിലിലെ സ്ഥിതിഗതികൾ ആ ആസ്ത്മയെ മുഴുപ്പിക്കാനും മൂർച്ഛിപ്പിക്കാനും വഴിവെച്ചു. അവർക്ക് ഒരു 15 X20 മുറി അനുവദിക്കപ്പെട്ടിട്ടുണ്ടാവാം; എന്നാൽ മുറിയിൽ വായുസഞ്ചാരം വളരെ മോശമായിരുന്നു. തൊട്ടടുത്ത് ഒരു കക്കൂസ്; ചുറ്റും വൃത്തിയാക്കപ്പെട്ടുകൊണ്ടിരുന്ന റാഗിയിലും അരിയിലുംനിന്ന് എപ്പോഴും തൂളിക്കൊണ്ടിരുന്ന പൊടിയും–ഇവ നിമിത്തം ആ വായു മലിനമായിരുന്നു. സി ക്ലാസ് തടവുകാരുമൊന്നിച്ചാണ് ഉടനീളം അവരെ

പാർപ്പിച്ചത്–ഒന്നുകിൽ മേലാവിൽനിന്നുള്ള ഉത്തരവനുസരിച്ച്, അല്ലെങ്കിൽ ജയിൽമേധാവികളുടെ കാർക്കശ്യം കാരണം.

ഏഴു വ്യത്യസ്ത ഡോക്ടർമാർ തന്നെ കണ്ട കാര്യം യഥാർഥത്തിൽ അവർതന്നെ രേഖപ്പെടുത്തിയിട്ടുണ്ടല്ലോ–അത്രയും തവണ വിക്ടോറിയാ ആശുപത്രിയിലേക്കു കൊണ്ടുചെന്നു എന്നുവേണം അനുമാനിക്കാൻ. പക്ഷേ, ആസ്ത്മയുടെ കാഠിന്യവും പീഡയും അടിക്കടി വർധിച്ചുകൊണ്ടിരുന്നിട്ടും, ആശുപത്രിയിലാക്കണം എന്ന അവരുടെ അഭ്യർഥനകളോ ജയിൽ ഡോക്ടരുടെ ശുപാർശയോ ഒരിക്കലും അനുവദിക്കപ്പെട്ടില്ല. ഡോക്ടരുടെ ബുദ്ധിമുട്ട് ഒഴിവാക്കാനാവാം, അഥവാ തലതിരിഞ്ഞ ഒരുതരം പരിഗണനയുടെ രൂപത്തിലുമാവാം, കുത്തിവെപ്പിന്റെ മരുന്നുകളും സിറിഞ്ചും അവർക്കായി വിട്ടുകൊടുക്കുകയാണുണ്ടായത്. എന്നാൽ ആവശ്യം വരുമ്പോഴൊക്കെ അവർക്ക് തന്നെത്താൻ കുത്തിവെപ്പു നടത്താമല്ലോ. ജൂലൈയിൽ അവർക്ക്, ഹൃദയംകൂടി ഉൾപ്പെട്ടിരിക്കാവുന്ന മിക്കവാറും മാരകമായ ഒരാഘാതമുണ്ടായി. ഇതിനെക്കുറിച്ച് അവർ നേരിട്ട് മല്ലയ്യയോട് പറയുകയും ചെയ്തു. അവരുടെ കുടുംബഡോക്ടർക്ക് അവരെ കാണാൻ അനുവാദം കൊടുത്തു. എന്നാൽ അവർ തകർച്ചയുടെ വക്കത്തെത്തിയശേഷം ഏതാണ്ട് മൂന്നുമാസം ചെന്ന് ഒരിക്കൽ മാത്രമായിരുന്നു ഇത്. മാത്രമല്ല, ആദ്യം ക്ലിനിക്കിൽവെച്ചും പിന്നെ ജയിൽ സന്ദർശിച്ചപ്പോൾ വീണ്ടും അരമണിക്കൂർനേരം അവിടെ വെച്ചും. ഡോക്ടറെ ഗാഢവും സങ്കീർണവുമായി ചോദ്യം ചെയ്ത

തിൽപ്പിന്നെയാണ് ഈ സന്ദർശനം അനുവദിച്ചത്.

അവർക്കു വീട്ടിൽ നിന്നു ഭക്ഷണം കിട്ടിക്കൊണ്ടിരുന്നു എന്നതു സത്യമാണ്; പക്ഷേ നിശ്ചയമായും തടവുകാലം മുഴുവൻ അത് തുടർന്നില്ല. ജയിലധികൃതരിൽനിന്ന് ഈ 'സൗജന്യം' പിടിച്ചുപറ്റാൻ ഒരിക്കൽ അവർക്കൊരു നിരാഹാരസത്യാഗ്രഹം അനുഷ്ഠിക്കേണ്ടിവന്നു. തനിക്കുകൈവന്നിരുന്ന 'റേഷ'നുകളുടെ ഇനം അവർ രേഖപ്പെടുത്തിയിട്ടുണ്ട്. ഏതായാലും അവർ വേദനകൊണ്ട് പറ്റേ തളർന്നും ഒരു പാചകവും ചെയ്യാൻ കഴിയാത്ത അവസ്ഥയിൽ ഇരിക്കേ, ഈ വസ്തുക്കൾ കൊണ്ടുപോയി കഴിക്കുന്നതിന് അതൊരു കാരണമേ ആവില്ലല്ലോ. ഐ ജി പറയുംപോല, ഒരു രാഷ്ട്രീയ ത്തടവുകാരി എന്ന നിലയിൽ അവർക്കവകാശപ്പെട്ട പ്രത്യേക സൗജന്യങ്ങളിൽ ഒന്നായിരുന്നു സ്വന്തമായി ഭക്ഷണം തയാറാക്കാൻ അനുവദിക്കപ്പെടുക എന്നത്. ഉൽക്കണ്ഠാകുലവും അശക്തവുമായ അവസ്ഥയിലും അവരതു ചെയ്തോളും എന്നു പ്രതീക്ഷിക്കുന്നത് മാനുഷികമാണോ? ജയിൽ സൂപ്രണ്ടിനെക്കുറിച്ച് ഐ ജിയോടു പരാതിപ്പെട്ടതിനുശേഷം ദിവസങ്ങളോളം ശ്രീമതി റെഡ്ഡിക്കു കുടുംബവുമായുള്ള സകല സമ്പർക്കവും നിഷേധിക്കപ്പെട്ടു. ഐ ജിക്കറിയാമോ ഇത്?

റെവ: കെ ഒ അബ്രഹാം

പി ലങ്കേഷ്,

(*ഇന്ത്യൻ എക്സ്പ്രസ്സ്.*

ഫെബ്രുവരി 25, 1977)

അനുബന്ധം

3

സ്നേഹലതാറെഡ്ഡി-ഒരപദാനം

-യു ആർ അനന്തമൂർത്തി

സ്നേഹ നാൽപ്പത്തിനാലാം വയസിൽ നിര്യാതയായി രിക്കുന്നു എന്നത് വിശ്വസിക്കാൻ വിഷമമത്രെ. തന്റെ അസംഖ്യം ആരാധകർക്കു തെളിഞ്ഞ ഒരോർമയായി അവർ ശേഷിക്കും. ആ ആരാധകരിൽ സോഷ്യലിസ്റ്റ് നേതാക്കളും ബുദ്ധിജീവികളും, ഇന്ത്യയിൽ നിന്നും പുറത്തുനിന്നുമുള്ള നാടക കലാകാരന്മാർ, എഴുത്തുകാർ, സർവോപരി ജീവിത ത്തിന് ഇപ്പോഴും ഒരർഥവും ലക്ഷ്യവും തേടുന്ന അനേകം ചെറുപ്പക്കാർ-അങ്ങനെ ജീവിതത്തിന്റെ സമസ്ത മേഖലകളി ലേയും ആളുകൾ ഉൾപ്പെടുന്നു. അവരുടെ ഭാസുരവും ലളി തവുമായ സ്വീകരണമുറിയിൽ അത്തരക്കാരെ എപ്പോഴും കാണായി. അനീതിയും വൈരൂപ്യവും ഒരിക്കലും പൊറു പ്പിക്കാനാവാത്ത ഒന്നായിരുന്നു അവരുടെ ദീപ്തവും ഉജ്വല വുമായ വ്യക്തിത്വം. അല്ലെങ്കിൽ, തനിക്കെതിരെ ഒരു കുറ്റവും കൂടാതെ അവർക്കു ജയിലിൽ അകപ്പെടേണ്ടി വരില്ലായിരുന്നു.

തന്റെ ആരോഗ്യത്തെ കെടുത്തിക്കളയുമാറ് എട്ടുമാസത്തോളം അവർക്കു സഹിക്കേണ്ടിവന്നില്ലേ. ഫലത്തിൽ ഏകാന്തത്തടവായിക്കലാശിച്ച ആ ശിക്ഷയുടെ കാരണം അറിഞ്ഞ ഞങ്ങളിൽ പലരേയും സംബന്ധിച്ചിടത്തോളം അവർ നമ്മുടെ കാലഘട്ടത്തിലെ രക്തസാക്ഷികളിൽ ഒരാളത്രെ. തിന്മയുടെ നേരെ മുന്നിൽപ്പോലും അടക്കവും ഔദാസീന്യവും നിമിത്തം പാപത്തിന്റെ ഒരവസ്ഥയിൽ ജീവിക്കേണ്ടിവന്ന നമുക്കുവേണ്ടി, തന്റെ ജീവിതത്തിന്റെയും മരണത്തിന്റെയും സവിശേഷ രീതിയിലൂടെ അവർ പ്രായശ്ചിത്തമനുഷ്ഠിച്ചിരിക്കുന്നു.

ഡിസംബർ 25-ാം തീയതി അവസാനമായി ഞാനവരെ കണ്ടപ്പോൾ അവർ പരോളിലായിരുന്നു. അതിനെക്കുറിച്ച് അവർക്ക് അപരാധബോധവും അനുഭവപ്പെട്ടിരുന്നു. പക്ഷേ, അവരുടെ പരോളിനുവേണ്ടി തീവ്രമായി പ്രയത്നിച്ചവർക്കറിയാം, ആസ്ത്മയുടെ കഠിനമായ ആഘാതങ്ങൾ നേരിടവേ, ജയിലിൽ അവരുടെ ഏകാന്തമായ പകലുകളിലേയും സുദീർഘമായ രാവുകളിലേയും ഭീതിയും ഉൽക്കണ്ഠയും. എന്നിട്ടും, അവരെ വേദനിപ്പിച്ചിരുന്നത് താൻ പിന്നിട്ടുപോന്ന പെൺതടവുകാരുടെ, മിക്കവാറും വേശ്യകളുടെ, നിലയത്രെ. സ്നേഹ ജയിലിൽ അവരെ പാട്ടുകളും കളികളും പഠിപ്പിച്ചിരുന്നു, അവരുടെ സ്ഥിതി മെച്ചപ്പെടുത്താനായി ജയിൽമേധാവികളോടു പടവെട്ടുകയും ചെയ്തിരുന്നു. അവരെപ്പറ്റി സംസാരിക്കാനേ അവർ എന്നെ അനുവദിച്ചില്ല. പിന്നെയോ

ജയിലിലെ ആ നിർഭാഗ്യവതികൾക്കുവേണ്ടി നമുക്കെന്തു ചെയ്യാൻ സാധിക്കും എന്ന് എന്നോടാരാഞ്ഞു. ഉൽക്കണ്ഠ വഴിയുന്ന സ്നേഹയുടെ സുന്ദരമായ മുഖത്തുനിന്നു–ജയിലിലെ കഠിനവും മൃഗീയവുമായ പീഡനങ്ങൾകൊണ്ട് അതിന്റെ വടിവു കെട്ടിരുന്നു–മിഴിയെടുക്കാൻ എനിക്കു കഴിഞ്ഞില്ല.

എന്താണ് സ്നേഹയെ കൊന്നത്? ഒരു പെൺതടവുകാരി ആൺതടവുകാരെ കണ്ടുകൂടാ എന്നു വിലക്കുന്ന മൂഢമായ നിയമമാണോ? എന്തെന്നാൽ ഒരൊറ്റച്ചുമരിന്റെ അപ്പുറത്തുണ്ടായിരുന്ന രാഷ്ട്രീയക്കാരും ബുദ്ധിജീവികളുമായി അവർക്കു പ്രിയപ്പെട്ട ഏതാനും സുഹൃത്തുകൾ; അവരെപ്പോലെത്തന്നെ മിസയ്ക്കുകീഴിൽ തടവിലാക്കപ്പെട്ടവർ. അതോ, അടിയന്തരസഹായമൊന്നും ലഭിക്കാൻ നിവൃത്തിയില്ലാതിരിക്കേ, തനിക്കു വന്നേക്കാവുന്ന പ്രവചിക്കാൻ വയ്യാത്ത ആസ്ത്മാ ആഘാതങ്ങളെക്കുറിച്ചുള്ള ഭീതിയും ഉൽക്കണ്ഠയുമായിരുന്നുവോ? അഥവാ സംവേദനക്ഷമമായ അവരുടെ ആത്മാവ് ജയിലിൽ കണ്ടെത്തിയ അവസ്ഥയുണ്ടല്ലോ, അവരുടെ കാര്യം തനിക്കേറ്റവും വിലപ്പെട്ടതായിരുന്നുവോ, ആ മറ്റു സ്ത്രീകളുടെ അവസ്ഥ–അതാണോ അവരെ കൊന്നത്? ഇന്ത്യയിൽ പുരുഷന്മാരുടെ ക്രൂരതയും അലിവില്ലായ്മയും അവരെ എപ്പോഴും അഗാധമായി അസ്വസ്ഥയാക്കിക്കൊണ്ടിരുന്നു. ആ വിഷയത്തെ അധികരിച്ചു അവർ *സീത* എന്നൊരു നാടകവും എഴുതി.

ഞാനവരെ പിന്നെയും കണ്ടപ്പോൾ ഏതായാലും ആ

മുഖം അതിന്റെ മഹത്തായ പ്രശാന്തിയും സൗന്ദര്യവും വീണ്ടെടുത്തിരുന്നു. അവരുടെ പീഡ മരണത്തിൽ പര്യവസാനിച്ചുകഴിഞ്ഞിരുന്നു. അവിടെ അവരുടെ മിക്ക സുഹൃത്തുക്കളും ഉണ്ടായിരുന്നു: സോഷ്യലിസ്റ്റുകാർ, കലാകാരന്മാർ, എഴുത്തുകാർ, യുവാക്കൾ, തൊഴിലാളികളും അവരുടെ നേതാക്കളും, വെറും സുഹൃത്തുകളും. അവരെ ഏകോപിപ്പിക്കാനായിരുന്നു എപ്പോഴും സ്നേഹയുടെ യത്നം–സോഷ്യലിസ്റ്റ് രാഷ്ട്രീയ പ്രവർത്തകരേയും സർഗശേഷിയുള്ള കലാകാരന്മാരേയും. ഊണുകഴിക്കാതെ അഥവാ ഒരു കപ്പു ചായയെങ്കിലും കുടിക്കാതെ ഒരാളും ആ വീട്ടിൽനിന്നു പോകാറില്ല. ഞങ്ങൾക്ക് അന്നും ഉണ്ടായിരുന്നു ഉച്ചയൂണ്. പട്ടാഭി, –സ്നേഹയുടെ ഭർത്താവ്–നിർബന്ധിച്ചു, അതാവും അവരുടേയും അഭിലാഷമെന്ന്.

ഒരു ബഹുമുഖപ്രതിഭയായിരുന്നു സ്നേഹ. ഇന്ത്യയിലും സ്പെയിനിലും പരിശീലനം നേടിയ ഒരു നർത്തകി. പട്ടാഭി സംവിധാനവും നിർമാണവും നിർവഹിച്ച കന്നഡ സിനിമയിൽ ഒരു നവതരംഗം സൃഷ്ടിച്ച *സംസ്കാര* ആ നോവലിന്റെ കർത്താവ് എന്ന നിലയിൽ എന്നെ സംബന്ധിച്ചിടത്തോളം, നായികയായി സ്നേഹയുടെ അഭിനയം സ്മരണീയമായ ഒരനുഭവമത്രെ. സ്നേഹ തന്റെ ഭർത്താവ് പട്ടാഭിയുമൊന്നിച്ച്–ഇദ്ദേഹം തെലുങ്കിലെ എണ്ണപ്പെട്ട ഒരു കവിയാണ്–ആ പടം ആസൂത്രണം നടത്തി; അതു നിരോധിച്ചപ്പോൾ

അതിനുവേണ്ടി പടവെട്ടി. എന്നിട്ട് അന്തിമമായി ആ പടത്തിന് ഇന്ത്യയിലെ ഏറ്റവും ഉയർന്ന അവാർഡായ പ്രസിഡണ്ടിന്റെ സുവർണമുദ്രയും പിന്നെ അനേകം അന്താരാഷ്ട്ര അവാർഡുകളും നേടുകയും ചെയ്തു.

മദ്രാസിലും നാടകപ്രസ്ഥാനത്തിനും പിന്നിൽ സജീവ ചൈതന്യമായിരുന്നു സ്നേഹ. പിന്നീട് താനും കുടുംബവും ബാംഗ്ലൂരിൽ താമസമുറപ്പിച്ചപ്പോഴും കലാപരവും രാഷ്ട്രീയവുമായ പ്രവർത്തനങ്ങളുടെ കേന്ദ്രമായിത്തീർന്നു അവർ. താൻ സംവിധാനംചെയ്ത ഒരു നാടകം, അഭിനയിച്ച ഒരു ഭാഗം, അലങ്കരിച്ച ഒരു മുറി. അഥവാ ഒരു കോലാഹലവും കൂടാതെ ആളുകളെ അഭിരമിപ്പിച്ചിരുന്ന രീതി–ഇങ്ങനെ എന്തുമാവട്ടെ, ചെയ്യുന്ന ഏതിലും ഭാവനാസിദ്ധിയുള്ളവരായിരുന്നു അവർ. എതിരാളിയെ മുറിപ്പെടുത്താതെതന്നെ തന്റെ അഭിപ്രായങ്ങളിൽ തുറന്ന വിമർശനം പ്രകടിപ്പിക്കാൻ അവർക്കു കഴിഞ്ഞു. കാരുണ്യത്തിന്റെയും സ്നേഹത്തിന്റേയും അവിസ്മരണീയങ്ങളായ ചേഷ്ടകളുണ്ടല്ലോ, അവ കൊണ്ടു നിർഭരമായിരുന്നു അവരുടെ നിത്യജീവിതം. കലയിലേയും രാഷ്ട്രീയത്തിലേയും താൽപ്പര്യങ്ങൾക്ക് എത്രത്തോളം സമയമുണ്ടോ, അത്രത്തോളം തന്നെ സമയം ചെറുപ്പക്കാരുടെ വ്യക്തിപരമായ പ്രശ്നങ്ങൾക്കും സ്നേഹ കണ്ടെത്തിയിരുന്നു.

നമ്മുടെ രാഷ്ട്രത്തിലെ മഹാന്മാരായ സർഗാത്മക

ചിന്തകരിൽ ഒരാളായ ഡോ. രാംമോഹൻ ലോഹ്യയുട ഏറ്റവും അടുത്ത ഒരു സുഹൃത്തും അനുയായിയുമായിരുന്നു സ്നേഹ. ആർക്കുവേണ്ടി തങ്ങളുടെ ജീവിതം അടിയറവെയ്ക്കാൻ ഏതാനും പേരെങ്കിലും സന്നദ്ധരാവുമോ, അത്തരം അപൂർവം ഇന്ത്യൻനേതാക്കളിൽ ഒരാളായിരുന്നു അദ്ദേഹം എന്നു നിരീക്ഷിക്കപ്പെടാറുണ്ട്. അതെ, അദ്ദേഹത്തിനു പ്രിയപ്പെട്ട ഒരാദർശത്തിനുവേണ്ടിയാണല്ലോ സ്നേഹ അന്തരിച്ചത്. ആകർഷകയായ ഒരു വ്യക്തിയും കലാകാരിയുമായ മകൾ നന്ദന, മഹത്തായ വാഗ്ദാനങ്ങളരുളുന്ന ഒരു സംഗീതജ്ഞനായ മകൻ കോനാരക്, ഞാനിന്നോളം അറിഞ്ഞതിൽ വച്ച് ഏറ്റവും പ്രശാന്തനായ ഭർത്താവ് പട്ടാഭി–ഇത്രയും പേരെ വിട്ടുകൊണ്ടാണ് അവർ നിര്യാതയായത്.

അത്രയുമല്ല, ആ കുടുംബങ്ങളെ എന്നോണം തന്റെ അസംഖ്യം സുഹൃത്തുകളേയും–അവരിൽ ചിലർ ഇപ്പോഴും ജയിലിലത്രെ–ആവേശംകൊള്ളിക്കുന്ന ഒരാദർശവും അവർ വിട്ടുവെച്ചിരിക്കുന്നു.

(*ഇന്ത്യൻ എക്സ്പ്രസ്സ്*, ഫെബ്രുവരി 12,1977)

ഒരു കലാകാരിയുടെ ദുരന്തം

വിജയകൃഷ്ണൻ

ദക്ഷിണേന്ത്യൻ സിനിമയിൽ നവോന്മേഷത്തിന്റെ ആദ്യരശ്മികൾ ചൊരിഞ്ഞ *സംസ്കാര* കാണാനിടവന്നവർ ചന്ദ്രിയെ മറന്നിട്ടുണ്ടാവില്ല. അഗ്രഹാരം ചവിട്ടിപ്പുറത്താക്കിയ നാരായണപ്പയുടെ ശൂദ്രജയായ വെപ്പാട്ടി. മധ്യവയസ്കയെങ്കിലും എത്ര വിഭ്രാമകമെന്നോ അവളുടെ സൗന്ദര്യം! അപമൃത്യുവടഞ്ഞ ഭർത്താവിനെ സംസ്കരിക്കാൻ ആഢ്യബ്രാഹ്മണർ അറച്ചുനിന്നപ്പോൾ ധർമസങ്കടത്തിന്റെ നെടുംചുഴിയിൽപ്പെട്ടുഴലുകയായിരുന്നു ചന്ദ്രി. സംപൂജ്യനും വേദാന്തപാരംഗതനും മഹാപണ്ഡിതനുമായ പ്രാണേശാചാര്യരുടെ ഗൃഹാങ്കണത്തിൽ സംസ്കാരപ്രശ്നം ചർച്ച ചെയ്യുന്നതിന് ബ്രാഹ്മണസദസ് കൂടിയിരിക്കേ നിറ കണ്ണുകളോടെ തന്റെ ആഭരണങ്ങൾ സർവവും അവളൂരിവെച്ചു; ഭർത്താവിന്റെ ജഡം സംസ്കരിക്കുന്നവർക്കു കൂലിയായി. വൃദ്ധബ്രാഹ്മണരുടെ കൊതിപൂണ്ട കണ്ണുകൾ ആഭരണങ്ങളുടെ തിളക്കത്തിൽ നിന്നു പിൻവാങ്ങാൻ മടിച്ചിട്ടും ആരുമുണ്ടായില്ല മുന്നോട്ടുവരാൻ. ആ നിസ്സഹായത പകർന്ന അഗാധദു:ഖത്തിലാടിയുലയുന്ന ചന്ദ്രിയുടെ രൂപം എത്രയും കാതരമായിരുന്നു. ഗത്യന്തരമില്ലാതെ പ്രാണേശാചാര്യർ ആഞ്ജനേയവിഗ്രഹത്തിനു മുന്നിൽ ചെന്നിരുന്നു പ്രശ്നപരിഹാരം തേടുമ്പോൾ വിധിപ്രസ്താവം കേൾക്കാനായി പുറത്തു വെയിലിലും ഇരുളിലും കാത്തിരിക്കുകയായിരുന്നു ചന്ദ്രി. ആഞ്ജനേയനിൽ നിന്നരുളപ്പാടൊന്നും ലഭിക്കാതെ വിഷണ്ണനായി പിന്തിരിഞ്ഞ പ്രാണേശാചാര്യരുടെ കാൽക്കൽ അവൾ ആത്മസമർപ്പണം ചെയ്തു. അവളുടെ സ്പർശം സ്ത്രീസുഖമറിഞ്ഞിട്ടില്ലാത്ത ഈശ്വരതുല്യനായ പ്രാണേശാചാര്യരെപ്പോലും കാമത്തിന്റെ ആയിരം നഖമുനകളാൽ കൊരുത്തുപിടിച്ചു. ചന്ദ്രി ഒരഗ്നിജ്വാലയായി ആളിപ്പടരുകയായിരുന്നു. വേദവിത്തായ പണ്ഡിതനിലെ യാഥാസ്ഥിതികതയെ കത്തിച്ചാമ്പലാക്കിയ ആ അഗ്നിജ്വാലയിലാണ് നാരായണപ്പയുടെ മൃതദേഹം പിന്നീട് ദഹിപ്പിക്കപ്പെടുന്നത്.

പ്രായത്തിനു തുടച്ചുമാറ്റാൻ കഴിയാത്ത മാദകലാവണ്യത്തിനുട

മയായ ചന്ദ്രിക്ക് അഭ്രപാളികളിൽ ജീവൻ നൽകിയത് സ്നേഹ ലതാറെഡ്ഡിയായിരുന്നു. സംവിധായകനായ പട്ടാഭിരാമറെഡ്ഡിയുടെ ധർമപത്നി. ഒറ്റചിത്രത്തിലൂടെ ഭാവാഭിനയത്തിന്റെ അഗമ്യമായ ഉന്നതങ്ങളിലേക്കു പറക്കാൻ സ്നേഹലതാറെഡ്ഡിക്കു കഴിഞ്ഞു.

സ്വേച്ഛാധിപത്യത്തിനെതിരായ സംഹാരാഗ്നി ഊതിത്തെ ളിക്കുന്നതിനിടയിൽ സ്നേഹലതാറെഡ്ഡി മരണപ്പെട്ടു. സാധാര ണമെന്നെഴുതിത്തള്ളാവുന്ന ഒരു മരണമായിരുന്നില്ല അത്. ഇന്ത്യൻ കലാകാരന്റെ ചിന്താസ്വാതന്ത്ര്യമുയർത്തിപ്പിടിക്കുന്ന തിന് വേണ്ടിവന്ന ഒരു രക്തസാക്ഷിത്വം. അടിച്ചമർത്തലിനെതി രായ സമൂഹത്തിന്റ പോരാട്ടത്തിൽ ഭാഗഭാഗിത്വം വഹിക്കുന്ന കലാകാരന് അനിവാര്യമായി അനുഭവിക്കേണ്ടി വന്ന ഒരു രക്ത സാക്ഷിത്വം. വേണ്ടതിനും വേണ്ടാത്തതിനും നിരന്തരം ശബ്ദി ക്കുന്ന ഇന്ത്യൻ ബുദ്ധിജീവി സമൂഹം അറിഞ്ഞില്ലേ ഈ രക്ത സാക്ഷിത്വം. ആരറിഞ്ഞില്ലെങ്കിലും നാം അത് അറിഞ്ഞിരിക്കേ ണ്ടതുണ്ട്. നമ്മുടെ അയൽസംസ്ഥാനത്തിലെ സംസ്കാരിക ചല നങ്ങളുടെ മുഖദർശനം നമ്മെ ആത്മപരിശോധനയ്ക്കു സന്ന ദ്ധരാക്കാതിരിക്കുമോ?

സ്നേഹലതാറെഡ്ഡിയുടെ മരണവാർത്ത നാലോ അഞ്ചോ വരികകളിലൊതുക്കി അറിയിച്ച ദിനപത്രങ്ങൾ 'സുപ്രസിദ്ധ ചല ച്ചിത്രനടി' എന്നാണവരെ വിശേഷിപ്പിച്ചത്. യഥാർഥത്തിൽ ഇതൊരു സമുചിതവിശേഷണമായിരുന്നില്ല. കാരണം, സ്നേഹ ലതാറെഡ്ഡി ഒരിക്കലുമൊരു സുപ്രസിദ്ധ ചലച്ചിത്ര നടി ആയിരു ന്നില്ല എന്നതുതന്നെ. കലാപരമായ ചിത്രങ്ങളിൽ സവിശേഷ ശ്രദ്ധയർപ്പിച്ചിട്ടുള്ള ഒരു ന്യൂനപക്ഷം മാത്രമേ അവരെ ഒരു ചല ച്ചിത്രനടിയായി അറിഞ്ഞിരുന്നുള്ളൂ എന്നതാണ് വാസ്തവം. എന്നാൽ ചലച്ചിത്രനടി എന്നതിനുപരി കർണാടകത്തിന്റെ സാംസ്കാരിക ജീവിതത്തിലെ ഒരനിഷേധ്യശക്തിയായിരുന്നു സ്നേഹലത. കലയുടെ ഏതാണ്ടെല്ലാ വിഭാഗങ്ങളിലും സ്വന്തം വ്യക്തിമുദ്രകൾ പതിപ്പിക്കാൻ അവർക്കു കഴിഞ്ഞു എന്നതത്രേ ഇതിനുള്ള കാരണം. അവർ എഴുത്തുകാരി ആയിരുന്നു; നർത്ത കിയായിരുന്നു; സംവിധായിക ആയിരുന്നു-ഒപ്പം ചലച്ചിത്രനടി യുമായിരുന്നു. പുരുഷമേധാവിത്വത്തിനെതിരെ ആഞ്ഞടിച്ച ഒരു കൊടുങ്കാറ്റായിരുന്നു അവർ രചിച്ച നാടകം–*സീത*. നർത്തകി എന്ന നിലയിൽ ഇന്ത്യയിലും സ്പെയിനിലും നിന്നു നേടിയ വിദഗ്ധ

പരിശീലനത്തോടെയാണവർ രംഗത്തെത്തിയത്. ഒക്കെപ്പുറമേ സ്നേഹലതാറെഡ്ഡി ചെറുപ്പക്കാർക്കൊരു പ്രചോദനകേന്ദ്രമായിരുന്നു. ഗുരുവും സുഹൃത്തുമെന്ന ദ്വന്ദ്വഭാവം അവരിൽ സമഗ്രശോഭ കൈക്കൊണ്ടു.

ദന്തഗോപുരവാസിയായ ഒരു കലാകാരിയായിരുന്നില്ല ഒരിക്കലും സ്നേഹലത. മനുഷ്യാവകാശങ്ങൾക്കായുള്ള സമരങ്ങളിൽ ജനതയോടൊപ്പം അവരെന്നുമുണ്ടായിരുന്നു. സോഷ്യലിസ്റ്റ് നേതാവായ രാംമനോഹർ ലോഹ്യയുടെ അനുയായികളിലൊരാളെന്ന നിലയിൽ രാഷ്ട്രീയരംഗത്ത് അവർ പരക്കെ അറിയപ്പെട്ടു.

ഭാരതത്തിന്റെ ചിന്താസ്വാതന്ത്ര്യത്തേയും നിർഭയതയേയും കുഴിച്ചുമൂടിയ അടിയന്തരാവസ്ഥാപ്രഖ്യാപനത്തിനു മുമ്പോ പിമ്പോ അവരൊരു സജീവ രാഷ്ട്രീയ പ്രവർത്തകയായിരുന്നിട്ടില്ല. എന്നിട്ടും മുഷ്കരഭരണത്തിന്റെ ഗൃദ്ധ്രദൃഷ്ടികൾ അവരിൽ വന്നുപതിഞ്ഞു. അവരെ കാരിരുമ്പഴികൾക്കുള്ളിലേക്കു വലിച്ചെറിഞ്ഞു. കലാരംഗത്ത് ഇടവേളയില്ലാത്ത പ്രവർത്തനത്തിൽ മുഴുകിയിരിക്കേയാണതു സംഭവിച്ചത്. ജോർജ് ഫെർണാണ്ടസിനെക്കുറിച്ചുള്ള വിവരം ശേഖരിക്കുക എന്ന നാട്യത്തിലാണ് അവരെ കെണിയിലാക്കിയത്. അറസ്റ്റുചെയ്ത രീതിയും പൊലീസുദ്യോഗസ്ഥന്മാരനുവർത്തിച്ച പെരുമാറ്റവും മൃഗീയപരമായിരുന്നു എന്നു ചൂണ്ടിക്കാണിക്കപ്പെട്ടിട്ടുണ്ട്. രാഷ്ട്രീയത്തടവുകാർക്ക് ലഭിക്കേണ്ട പരിഗണനകളിലൊന്നുപോലും ലഭിക്കാതെ നരകിക്കാനായിരുന്നു ജയിലിലെ വിധി. സേവനതൽപ്പരമായ അവരുടെ മനസ്സ് കടുത്ത ഏകാന്തതയിലും ഇഞ്ചിഞ്ചായി തകർന്നുകൊണ്ടിരുന്നു. അതിനുപുറമേ ആസ്ത്മയുടെ നിരന്തരമായ ആക്രമണങ്ങൾ–വൈദ്യസഹായം നൽകാനുള്ള ഒരു നടപടിയും ജയിലധികൃതർ സ്വീകരിച്ചില്ല. ജയിലനുഭവങ്ങളുടെ കറുത്ത ചിത്രം സ്നേഹലതയുടെ ഡയറിക്കുറിപ്പുകൾ ശക്തമായി വരച്ചുകാട്ടുന്നു. പൊലീസിന്റെ ഭേദ്യംചെയ്യലിനു വിധേയരായിക്കൊണ്ടിരുന്ന ഭർത്താവിനെയും മക്കൾ കോനാരക്കിനേയും നന്ദനയേയും കുറിച്ചുള്ള ഓർമകളും അവരെ അനുദിനം പീഡിപ്പിച്ചിരുന്നു.

ജയിലിൽപ്പോലും സേവനത്തിന്റെ പാരമ്പര്യം സ്നേഹലതയെ വിടാതെ പിന്തുടർന്നു. *സംസ്കാരയു*ടെ രചയിതാവായ

യു ആർ അനന്തമൂർത്തി എഴുതുന്നു:

അവരെ ഏറ്റവും വിഷമിപ്പിച്ചതു സ്ത്രീകളായ കുറ്റവാളികളുടെ–അവരിലേറെയും വേശ്യകൾ– നിലയാണ്. അവർ ജയിലിൽവെച്ചു ഈ സ്ത്രീകളെ പാട്ടും കളിയും പഠിപ്പിച്ചു. അവരുടെ സൗകര്യങ്ങൾ വർധിപ്പിക്കുന്നതിന് ജയിലധികാരികളുമായി സമരംചെയ്തു. തന്നെക്കുറിച്ചു സംസാരിക്കാൻ അവരെന്നെ അനുവദിച്ചില്ല. നിർഭാഗ്യരായ ഈ സ്ത്രീകൾക്കു വേണ്ടി എന്തു ചെയ്യാൻ കഴിയും എന്നതിനെക്കുറിച്ചുമാത്രം ചോദിച്ചു. ആസ്ത്മയുടെ ആക്രമണവും എകാന്തതയുടെ നീറ്റലും കൂടി വരുന്തോറും കുടുംബത്തിന്റെ ശീതളച്ഛായയിൽ ഒരൽപ്പം വിശ്രമമെടുക്കാനവർ മോഹിച്ചു. 'ഞാനെന്തു കുറ്റം ചെയ്തു?' ഞാനെന്തു കുറ്റം ചെയ്തു? ഈ ചോദ്യം അവരാവർത്തിച്ചു. മറുപടി പറയേണ്ടവരുടെ ചെവികളിൽ എല്ലാ ശബ്ദങ്ങളേയും പ്രതിരോധിക്കുവാൻ പഞ്ഞി കുത്തിത്തിരുകിയിരുന്നു. എന്നല്ല അടിച്ചമർത്തലിന്നൊരുങ്ങിയ കൈകൾ പുതിയ ഇരകളെത്തേടുന്ന തിരക്കിലുമായിരുന്നു. അതുകൊണ്ടു ശാന്തി, സമാധാനം, മനസ്സുഖം–ഒക്കെ സ്നേഹലതയ്ക്കു നഷ്ടപ്പെട്ടു. ഭരണകൂടം തകർന്നു വീഴുന്നതിന് രണ്ടുമാസം മുമ്പ് അവർക്ക് നഷ്ടപ്പെട്ടതൊക്കെ തിരിച്ചുകിട്ടി. മരണത്തിലൂടെ മാത്രമേ അതൊക്കെ തിരിച്ചുവാങ്ങാൻ അവർക്കു കഴിഞ്ഞുള്ളു. ജയിലറയ്ക്കുള്ളിൽ വച്ചു ഞെരിച്ചുകൊന്ന ഈ കലാകാരിയുടെ ജീവിതത്തെക്കുറിച്ചുള്ള വിവരമൊന്നും പുറത്തു വരുന്നതുപോലും അനുവദിക്കപ്പെട്ടില്ല.

'വിഷാദം തുളുമ്പുന്ന ശബ്ദത്തോടെ വിലപിച്ചുകൊണ്ടൊഴുകുന്ന ആന്തമാനിലെ അരുവിയിലായാലും ശരി, പാതിരാവിൽ നക്ഷത്രങ്ങൾ താളാനുസൃതമായി നൃത്തം വയ്ക്കുന്ന ഗംഗയിലായാലും ശരി, എന്റെ ചിതാഭസ്മം വൈസ്രോയിയുടെ പെരുമ്പറ മുഴങ്ങുന്ന നിമിഷം ഉജ്ജ്വലമായ രോഷത്തോടെ തിളച്ചുമറിയും– ഇന്ത്യൻ സ്വാതന്ത്ര്യസമര ശിൽപ്പികളിൽ അഗ്രിമനായ സവർക്കറുടെ ഈ വാക്കുകൾ അകാരണമായി മനസിലേക്കെത്തുന്നു. ആശയസ്വാതന്ത്ര്യം ഒരാവശ്യമേയല്ലെന്നാണയിട്ടു പറയാൻ നാണിക്കാത്ത നമ്മുടെ ചില കലാകാരന്മാർ തലച്ചോറു പണയം വെച്ചവരാണെന്നേ പറയേണ്ടതുള്ളൂ. അടിമത്തത്തിന്റെ രക്തമാണ് അവരുടെ ധമനികളിൽ ഇന്നുമൊഴുകുന്നത്. ചെറുപ്പത്തിൽ അവരുരുവിട്ട 'എതിർപ്പിന്റെ മന്ത്രം സ്വന്തം വയറ്റുപിഴപ്പിനോ പ്രശസ്തിക്കോ വേണ്ടിയുള്ളതായിരുന്നിരിക്കണം'.